டெர்லின் ஷர்ட்டும்
எட்டு முழ வேட்டியும் அணிந்த மனிதர்

டெர்லின் ஷர்ட்டும் எட்டு முழ வேட்டியும் அணிந்த மனிதர்
தேர்ந்தெடுத்த சிறுகதைகள்

ஜி. நாகராஜன் (1929–1981)

ஜி. நாகராஜன் மதுரையில் பிறந்தார். தமிழ், ஆங்கிலம், கணிதம் ஆகியவற்றில் தேர்ச்சி பெற்றவர். பட்டதாரி. 'நாளை மற்றுமொரு நாளே...' நாவலும், 35 சிறுகதைகளும், கட்டுரைகளும் எழுதியிருக்கிறார்.

மனைவி நாகலட்சுமி பள்ளி ஆசிரியையாகப் பணி யாற்றியவர். மகள் ஆனந்தி, மகன் கண்ணன்.

சுரேஷ்குமார இந்திரஜித் (பி. 1953)
தொகுப்பாசிரியர்

ராமேஸ்வரத்தில் பிறந்து, மதுரையில் வளர்ந்து படித்தவர். தமிழக வருவாய்த்துறையில் சிரஸ்தாராகப் பணியாற்றி 2011இல் ஓய்வு பெற்றவர்.

தொடர்புக்கு: *sureshkumaraindrajith@gmail.com*

ஜி. நாகராஜன்

டெர்லின் ஷர்ட்டும் எட்டு முழ வேட்டியும் அணிந்த மனிதர்

தேர்ந்தெடுத்த சிறுகதைகள்

தேர்வும் தொகுப்பும்
சுரேஷ்குமார இந்திரஜித்

காலச்சுவடு பதிப்பகம்

● அன்பார்ந்த வாசகருக்கு,

வணக்கம்.

காலச்சுவடு நூலை வாங்கியமைக்கு நன்றி.

நூலின் உள்ளடக்கம், உருவாக்கம், அட்டைப்படம் இன்ன பிற அம்சங்கள் பற்றிய உங்கள் கருத்துகளையும் ஆலோசனைகளையும் காலச்சுவடு வரவேற்கிறது. தகவல், எழுத்து, வாக்கியப் பிழைகள் தென்பட்டால் கட்டாயம் தெரிவித்து உதவுங்கள். நூல் தயாரிப்பில் கடும் குறைபாடு இருப்பின் மாற்றுப் பிரதி உங்களுக்குக் கிடைக்கக் காலச்சுவடு ஏற்பாடு செய்யும்.

மின்னஞ்சல்: *publisher@kalachuvadu.com*

காலச்சுவடு நாகர்கோவில் தலைமையகத்துக்கும் கடிதம் அனுப்பலாம்.

தங்கள்
எஸ்.ஆர். சுந்தரம் (கண்ணன்)
பதிப்பாளர் — நிர்வாக இயக்குநர்

டெர்லின் ஷர்ட்டும் எட்டு முழ வேட்டியும் அணிந்த மனிதர் ✣ தேர்ந்தெடுத்த சிறுகதைகள் ✣ ஆசிரியர்: ஜி. நாகராஜன் ✣ © என். கண்ணன் ✣ முதல் பதிப்பு: டிசம்பர் 2013, பத்தாம் பதிப்பு: ஜூன் 2023 ✣ வெளியீடு: காலச்சுவடு பப்ளிகேஷன்ஸ் (பி) லிட்., 669, கே. பி. சாலை, நாகர்கோவில் 629001

Terlin carTTum eTTu muZa veeTTiyum aNinta manitar ✣ Selected ShortStories ✣ Author: G. Nagarajan ✣ © N. Kannan ✣ Language: Tamil ✣ First Edition: December 2013, Tenth Edition: June 2023 ✣ Size: Demy 1 x 8 ✣ Paper: 18.6 kg maplitho ✣ Pages: 152

Published by Kalachuvadu Publications Pvt.Ltd., 669, K.P. Road, Nagercoil 629001, India✣Phone: 91-4652-278525✣e-mail: publications @kalachuvadu.com ✣ Printed at Adyar Students xerox Pvt. Ltd., No. 275 Habibullah Road, Triplicane high Road, Opp Triplicane Post Office, Triplicane, Chennai 600005

ISBN: 978-93-82033-04-2

06/2023/S.No. 539, kcp 4445, 18.6 (10) uss

பொருளடக்கம்

முன்னுரை : இதுதான் ஜி. நாகராஜன் 9

தீராக் குறை 17

சம்பாத்தியம் 22

பூர்வாசிரமம் 27

அக்கினிப் பிரவேசம் 34

எங்கள் ஊர் 38

யாரோ முட்டாள் சொன்ன கதை 45

நான் புரிந்த நற்செயல்கள் 72

கிழவனின் வருகை 81

பூவும் சந்தனமும் 94

ஜுரம் 98

போலியும் அசலும் 112

துக்க விசாரணை 116

டெர்லின் ஷர்ட்டும்
எட்டு முழ வேட்டியும் அணிந்த மனிதர் 120

மனிதன் 129

இலட்சியம் 134

ஓடிய கால்கள் 142

நிமிஷக் கதைகள் 148

முன்னுரை

இதுதான் ஜி. நாகராஜன்

ஜி. நாகராஜனின் 'குறத்தி முடுக்கு' குறு நாவலை புதிதாக ஆரம்பித்த வர்ஷா பதிப்பகத்தின் முதல் வெளியீடாகக் கொண்டுவர வேண்டும் என்று நானும் வர்ஷா உரிமையாளரான விஜயகுமாரும் விரும்பினோம். அவ்வாறே கொண்டு வந்தோம். அக்கதைக்கு முன்னுரை எழுதும் வாய்ப்பு எனக்குக் கிடைத்தது. 'குறத்தி முடுக்கு', 'நாளை மற்றுமொரு நாளே' ஆகியவை பற்றியும், ழான் ஜெனேயுடன் ஜி. நாகராஜனைத் தொடர்புப் படுத்தியும் அம் முன்னுரையில் எழுதியிருந்தேன். பெரிய முன்னுரை அது. அதற்குப்பின் தற்போது, காலச்சுவடு பதிப்பகத்தின் கிளாசிக் வரிசைக்காக அவருடைய சிறுகதைகளை மகிழ்ச்சியுடன் தேர்வு செய்யும் வாய்ப்புக் கிடைத்துள்ளது.

இக்கதைகளைப் படிக்கும்போது புதுமைப் பித்தனின் 'பொன்னகரம்' சிறுகதை நினைவிற்கு வந்தது. அக்கதையின் முற்பகுதியில் பொன்னகரத் தின் சுகாதாரமற்ற சூழ்நிலையையும், அங்கு வசிப்பவர்களின் வறுமையான வாழ்க்கையை யும், போதைப்பழக்கங்களையும் சித்தரித்திருப்பார். ஜட்கா வண்டிகார முருகேசனின் குடும்பம் ஐந்து நபர்களைக் கொண்டது. அவனுடைய வருமானத் தில்தான் ஜீவிதம். வீட்டுவாடகை, குடி, போலீஸ் மாமூல் எல்லாம். 'தண்ணி' போட்டுவிட்டு வண்டி ஓட்டியதில் ஏர்க்கால் ஒடிந்து, முருகேசனுக்கு ஊமையடி. அவன், பால்கஞ்சி கேட்கிறான். வீட்டில் காசில்லை. முருகேசனின் மனைவி

9

அம்மாளும், இன்னொருவனும் இருளில் மறைகிறார்கள். அம்மாளு முக்கால் ரூபாய் சம்பாதித்து விடுகிறாள். பால் கஞ்சி வார்க்கத்தான். 'என்னமோ கற்பு, கற்பு என்று கதைக் கிறீர்களே இதுதான் ஐயா, பொன்னகரம்.' கதை முடிகிறது.

ஜி. நாகராஜனின் கதைகளைப் படித்துத் தேர்வு செய்து முடித்தவுடன் எனக்குத் தோன்றியது: என்னமோ வாழ்க்கை, வாழ்க்கை என்று கதைக்கிறீர்களே, என்னமோ உறவு, பாசம் என்று கதைக்கிறீர்களே, என்னமோ காதல், பாலுறவு என்று கதைக்கிறீர்களே, என்னமோ குடும்பம் என்று கதைக்கிறீர்களே இதுதானய்யா அவை... அதன் லட்சணத்தைப் பாருங்கள் என்று நம்முன் ஓர் உலகை விரித்துக் காண்பிக்கிறார். இக் கதைகளைப் படித்து, ஆசாரமானவர்கள் அரண்டு போவார்கள். அன்பு, பாசம், குடும்பம், பாலுறவு ஆகியவை எல்லாம் ரவுடித் தனம், போலீஸ் அராஜகம் போல் பல்லை இளித்துக்கொண்டு நிற்கின்றன. தி. ஜானகிராமன் காட்டும் கதை மாந்தர்கள், கதை யுலகம், அசோகமித்திரன் காட்டும் கதை மாந்தர்கள், கதை யுலகம், ஜெயகாந்தன் காட்டும் கதை மாந்தர்கள், கதையுலகம் ஆகியவை வெவ்வேறு தனித் தன்மைகள் வாய்ந்தவை. ஜி. நாகராஜன் காட்டும் கதை மாந்தர்களும் கதையுலகமும் தனித் தன்மையுடையவைதான். அவர் காட்டும் கதையுலகம், பொது வாக மனிதர்கள் வாழும், குடும்பம் உத்தியோகம், பிள்ளை வளர்ப்பு, உறவுகள் இவற்றுக்கு அப்பாற்பட்ட உலகம். பாலுறவைத் தொழிலாகக் கொண்டவர்களும், ரவுடிகளும், பாலுறவை நாடிச் செல்லும் ஆண்களும் சகஜமாக, அவர் களின் இயல்புடன் கதையில் சஞ்சரிக்கிறார்கள்.

ஜி. நாகராஜன் ஆக்கங்கள் என்ற காலச்சுவடு தொகுப்பில் அவருடைய பொன்மொழிகளும் இடம்பெற்றுள்ளன. அதில் ஒன்று "மனிதர்களிடம் நிலவ வேண்டியது பரஸ்பர மதிப்பே தவிர, பரஸ்பர அன்பு அல்ல. அப்போதுதான் ஏமாற்றுக் குறையும்." சிறுகுழந்தைகளிடம் நாம் அன்பு செலுத்தலாம். அவர்கள் பெரியவர்களை அண்டி இருப்பவர்கள். 'யாரோ முட்டாள் சொன்ன கதை'யில் வரும் லூஸ்மணி, மகன் அழகர் மீது கொண்ட அன்பு அப்படிப்பட்டதுதான். ஆனால் ஆளாகி வளர்ந்த நிலையில் உள்ளவர்களிடம் அன்பு என்ற குணம் செயல்படும்விதம் கேள்விக்குரியது. அன்பு செய் என்ற சொல் ஆதிகாலம் முதல் மக்களுக்குச் சொல்லப்பட்டு, வலியுறுத்தப் பட்டு வருகிறது. ஏனென்றால் அன்புசெய்வது கடினமானது. அதனால்தான் தொடர்ந்து வலியுறுத்தியும், சிபாரிசு செய்தும் வருகிறோம். மேலும் 'அன்பு' தங்களின் விருப்பத்திற்கு மாறாக நடப்பவர்களைக் கொலைகூடச் செய்துவிடுகிறது. பரஸ்பர

மதிப்பே முக்கியமானது. இவரது கதாபாத்திரங்களிடம் அன்பு, பந்தபாசம் இல்லை; சமூக மதிப்பீடுகளைப் பொருட்படுத்துவ தில்லை. இது வேறு உலகம்.

ஜி. நாகராஜனின் உலகத்தை வேறு தமிழ் எழுத்தாளர்கள் எவரும் தொட இயலாது. ஏனெனில் அவ்வுலகத்தில் அவர் வாழ்ந்தவர். பாலுறவைத் தொழிலாகக் கொண்டவர்கள், பாலுறவை எவ்வாறு சகஜமாக எடுத்துக்கொள்வார்கள் என்பதை அவர் அறிவார். அவர்களின் வாழ்க்கைமுறையை யும், குணத்தையும், பொருள் விருப்பத்தையும், சிரமங்களை யும் அவர் அறிவார்.

பாலுணர்ச்சியை மூடிமறைத்து, அதை நளினமான, நாசூக்கான செயலாக மாற்றியமைத்ததற்கு எதிரான கோணத் தில் கதைகள் இயங்கியுள்ளன. வெளியுலகிலிருந்து, அவ்வுலகத் திற்குள் நுழைபவர்கள் பார்க்கும் கோணத்தில் அல்லாது, அந்த உலகத்திலிருப்பவரின் பார்வைக்கோணத்திலே கதைகள் இருப்பதால்தான் இயல்புத்தன்மை கதைகளில் உள்ளது.

‘துக்க விசாரணை’ என்ற கதையில் வரும் ‘நான்’ துக்கம் விசாரிக்கச் செல்கிறார். ரோகிணி இறந்ததைப் பேப்பரில் பார்த்து அறிந்திருக்கிறார். ரோகிணி பாலுறவைத் தொழிலாகக் கொண்டவள். “அக்கா கடனையெல்லாம் தீர்த்துவிட்டு கன்னியாஸ்திரி ஆகிவிடுவேன்” என்கிறாள். அவளின் அக்கா ஜெயம் பிராந்தி குடித்துவிட்டு வெற்றிலை போட்டிருக்கிறாள். தடித்த வெண்மையான சரீரம் என்று ஒரு சித்தரிப்பு வருகிறது. ரோகிணி இறந்து இருபது நாட்கள் கழித்து, துக்கம் விசாரிக்க அவர் செல்கிறார். ரோகிணிக்கு கனோரியா என்ற பால்வினை நோய் இருந்திருக்கிறது. ஒரு தடியன் “ஏண்டி எனக்குச் சீக்கா வாங்கிக் கொடுத்தேன்னு கேட்டுக்கிட்டு செருப்பை களத்தி அடிச்சிருக்கான். அவன் போகவும் ரயிலடிக்குப் போனவதான்” என்கிறாள் ஜெயம். அதாவது ரோகிணி தற்கொலை செய்து கொள்கிறாள். நாம் அனுமானித்துக்கொள்ள வேண்டியதுதான். கதையில் வரும் அவரின் உணர்ச்சிகள் ஏதும் காண்பிக்கப் படுவதில்லை. “அந்தத் தடியன் அப்படி அடிச்சதுதான் ரோகிணி மனசைப் புண்படுத்தி இருக்கு . . . அவன் போனப் பறம், ரயிலடிக்கு போனவதான்” என்று மீண்டும் ஆரம்பித்து, ஜெயம் நிறுத்துகிறாள். ஜெயத்தின் மேலாடை சற்று அலங் கோலமாக இருப்பதைக் கண்டதும் அவருக்கு விஷயம் புரிகிறது. பத்து ரூபாய் கொடுக்கிறார். அவளின் புன்சிரிப்பில் ரோகிணியின் சாயலைக் கண்டதாக நினைத்துக்கொள்கிறார். கதவைத் தாளிட்டுவிட்டு, சன்னலையும் அடைத்துவிட்டு,

ரூபாயை வாங்கிக்கொண்டே “மேலே போகலாமா மெத்தை இருக்கு” என்கிறாள் ஜெயம். கதை முடிகிறது. கதையின் பெயர் ‘துக்கவிசாரணை.’ துக்கம் விசாரிக்கப்போன இடத்தில் இப்படியா என்று தோன்றலாம். ஆனாலும் இது ஒரு நிதர்சனம். இது தானய்யா வாழ்க்கை. இப்படித்தான் இவர் கதைகள் இயங்கு கின்றன.

‘பூர்வாசிரமம்’ என்ற கதையில் பஞ்சவர்ணத்தம்மாள் எலிமெண்டரி பள்ளியில் வேலை பார்க்கிறாள். ஒரு தரகர் மூலம் அவர் அந்த வீட்டிற்குச் செல்கிறார். பஞ்சவர்ணத் தம்மாளின் மகள் தங்கத்துடன் தனியறையில் இருக்கிறார். தங்கம் பரிட்சைக்குப் படித்துக்கொண்டிருப்பவள். அறையி லிருந்து வெளியே வருகிறாள். மகளை அடுப்படிக்குப் போய் படிக்கச் சொல்கிறாள். பிறகு இருவரும் அதே அறைக்குச் சென்று கதவை மூடிக்கொள்கிறார்கள். சிறிது நேரத்தில் வெளியே வந்து அமர்கிறார்கள். தங்கம் ஒரு கையில் புத்தகமும், மறு கையில் காபி டம்ளருடனும் வருகிறாள். காபியை அருந்திவிட்டு விடைபெற்றுக்கொள்கிறார். காபி பாடாவதியாக இருக்கிறது. ஒரு வருடம் கழித்துச்செல்கிறார். பக்கத்தில் புதுவீடு கட்டி பஞ்சவர்ணத்தம்மாள் வசிக்கிறாள். “வீட்டைப் பிரமாதமா கட்டிப்புட்டீங்களே” என்கிறார். “பத்துப்பதினஞ்சு என்று இருபதுவரை இளுத்திரிச்சி. தங்கம் கல்யாணத்துக்கு வேறே பத்துக்கு மேலே செலவளிச்சேன்” என்கிறாள். கட்டிலுக்குச் சென்று அவரை அழைக்கிறாள். பிறகு இருவரும் கதவைத் திறந்து வெளியே வருகிறார்கள். அவர் பணம் கொடுக்கிறார். “வாங்கறதில்லை” என்கிறாள். “இனிமே எனக்கெதுக்கு? தங்கத்துக்கு நல்ல புருஷனாக் கிடைச்சாச்சு; எனக்கு வீடும் நிலமும் இருக்கு” என்கிறாள். அன்று உங்கள் சுயநலத்துக்காகத் தங்கத்தின் வாழ்க்கையைப் பாழ்படுத்திவிட்டீர்கள் என்று கூறி தங்கத்தை அழவைத்து விட்டதாக அவர் கூறுகிறார். “இது என்ன . . . அது மனசை யாரெல்லாமோ புண்படுத்தினாங்க. அதனோட கெட்டிக்காரத் தனம் அதைக் காப்பாத்திச்சு . . . வெறுப்பூங்கிறது அது மனசுகிட்டே வரவே வராது . . . எல்லாம் மீனாட்சி துணை” என்கிறாள். கிளம்பும்போது, அடுத்த தடவை வரும்போது கல்யாணப் பத்திரிகையோடு வரவேண்டும் என்று கூறி கைகூப்பி வணங்குகிறாள். கதை முடிகிறது. இதுதானய்யா வாழ்க்கை.

‘எங்கள் ஊர்’ என்ற கதையில் மருதையா கொல்லப்படு கிறார். மனைவி சொக்கி, பெண்களை வைத்துப் பாலுறவுத் தொழில் நடத்துகிறாள். அதில் சோழவந்தான் சொர்ணம்

சாஸ்திரிகளின் கனிஷ்ட புத்திரி அரவிந்தா இருக்கிறாள். அரவிந்தாவைச் சந்திக்க அவளுடைய தாய் லெட்சுமி அம்மாள் சொக்கியின் வீட்டிற்கு வருகிறாள். இருவரும் பேசிக்கொள் கிறார்கள். அந்த உரையாடலின் மூலம் அவர்கள் குடும்பத்தின் வறுமையான, அவல நிலை தெரிகிறது. அரவிந்தா எப்படி இங்கு வந்தாள் என்று கதையில் சொல்லப்படவில்லை. ஒரு இடத்தில் "ஆமாம், மாமி, மாமின்ட்டு கூப்பிட்டுத்தான் அந்தத் தடியன் கழுத்தறுத்து என் பொண்ணே இங்கே கூட்டிண்டு வந்தான்..." என்கிறார். மேற்கொண்டு குறிப்பில்லை. சொக்கி ரூபாய் நோட்டுகளை நீட்டுகிறாள். லெட்சுமி அம்மாள் எழுந் திருந்து அதைப் பெற்றுக்கொள்கிறாள். சொக்கி, "அரவிந்தா, வா, வூட்டுக்குப் போகலாம், மொகத்தைக் களுவிக்கிட்டு ரெடியாயிரு. சின்னையன் வந்துட்டுப் போனான்" என்கிறாள். அம்மா, அரவிந்தாவிடம் உடம்பைப் பத்திரமாகப் பார்த்துக் கொள்ளுமாறு சொல்கிறாள்.

"...அப்பாவுக்கு ஆறுமாசத்திலே குணமாய்டும்னுதான் எனக்குத் தோண்றது... அவர் எழுந்து நடமாட ஆரம்பிச்சுட்டா உங்களுக்கு என்ன கவலை? நாலு காசு சம்பாதிப்பார். ராமுவை மட்டும் ஏதாவது டாக்டரிடம் காட்டுங்கோ... அம்மா... அவன் விஷயத்துலே எப்போதுமே ஒருமாதிரிதான் இருந்திருக்கேள்" என்கிறாள் அரவிந்தா. கதை முடிகிறது. இதுதானய்யா வாழ்க்கை.

ஜி. நாகராஜனின் ஆக்கங்கள் தொகுப்பில் "பரத்தையர் பற்றி" என்று அவர் சதங்கை இதழில் எழுதிய குறிப்பு உள்ளது.

"அடுத்து வருபவன், ஆணா, அலியா, கிழவனா, வாலிபனா, அழகனா, குரூபியா, முரடனா, சாதுவானவனா என்றெல்லாம் கவலைப்படாது அவனிடத்துத் தன்னைத் தானே ஒப்படைத்துக்கொள்கிறாளே, அந்தச் சிறுமியிடத்து யாரும் ஒரு தெய்வீக உணர்வைச் சந்திக்காமல் இருக்க முடியாது. சமுதாயம் அவ்வப்போது கற்பிக்கும் போலி ஏற்றத்தாழ்வு உணர்ச்சிகளுக்கு இரையாகாமல் இருப்பவன் ஒருவனே இதைப் புரிந்துகொள்ள முடியும்."

இக்குறிப்பு முக்கியமானது நிதர்சனமானது. இவரது கதைகளில் பாலுறவைத் தொழிலாகக் கொண்ட பெண்களை நாடி வரும் அவன், 'நான்', அவர், அப்பெண்களை வெறுப்பாக, அசூயையாக, அவமதிப்பாக, முரட்டுத்தனமாக அணுகுவதில்லை. பெரும் மதிப்புடனும் பிரியத்துடனும் இருக் கிறார்கள். அப்பெண்களை அவமதிப்பது என்ற எண்ணத் திற்கே இடமில்லை.

இவர் கதைகளில் உணர்ச்சிகளுக்கு இடங்கொடுக்காது, கதாபாத்திரங்கள் வழியாக உணர்ச்சிகளைக் கொட்டாது, கதையையும் கதாபாத்திரங்களையும் சர்வ சாதாரணமாக உணர்ச்சி வசப்படும் சந்தர்ப்பங்களைக் கடத்திச் செல்கிறார்.

'டெர்லின் சர்ட்டும் எட்டுமுழ வேட்டியும் அணிந்த நபர்' கச்சிதமாகவும், நவீனமாகவும் கூடி வந்திருக்கிறது. இக்கதை யில் வரும் தேவயானை பாலுறவுத்தொழில் செய்பவள். மாடியில் தற்கொலைக்குத் தயாராகிறாள். கயிறை எடுக்கிறாள். உத்திரத் தில் தொங்கும் இரும்பு வளையத்தில் அதை நுழைத்து தூக்குக் கயிறை மாட்டும் முயற்சியில் இருக்கிறாள். கீழே கதவைத் தட்டும் சத்தம் கேட்கிறது. அத்தானும் இன்னொருவரும் நிற்கிறார்கள். அந்த இன்னொருவர் டெர்லின் சட்டையும் எட்டுமுழ வேட்டியும் அணிந்திருக்கிறார். அறைக்கதவை அடைத்தபின் அவர், அவளை வெறுமனே பார்த்து ரசிக்கிறார். தொடக்கூட இல்லை. சில நிலைகளில் அவளை இருக்கச்சொல்லி ரசிக்கிறார். அவள், அவரைக் கட்டியணைக்க முயன்று தோல்வியடைகிறாள். கட்டிலில் விழுகிறாள். "தண்ணி தவிக்குது" என்கிறாள். அவர் தண்ணீர் கொண்டுவந்து கொடுக்கிறார். தண்ணீரைப் பருகும் போது, ஒரு பகுதி வாய்க்குள் நுழையாது அவளது மார்பகத்தை நனைக்கிறது. அவர் "சென்று வருகிறேன்" என்கிறார். ஒரு ஐந்து ரூபாய்த் தாளை எடுத்து நீட்டுகிறார். அவள் அதை வாங்கிக் கண்களில் ஒற்றி தலையணைக்கு அடியில் வைக்கிறாள். அவர் கதவைத் திறந்துகொண்டு வெளியேறுகிறார். இரவு மூன்று மணிக்கு அத்தான் வீட்டிற்கு வருகிறார். எடுத்த எடுப்பிலேயே "அவர் எனக்கு அஞ்சு ரூவா கொடுத்தார்" என்கிறாள். "யாரவன்" என்கிறான் அத்தான். "அதான் நீங்க மொதல்லே கூட்டியாந்தீங் களே, அவருதான்" என்கிறாள். "மொதல்லே யாரைக் கூட்டியாந் தேன்... நான் இன்னிக்கு ஒரு வாட்டிதானே வந்தேன்" என்கிறான். அவள் மேலும் மேலும் கூற அவன் முழிக்கிறான். அவள் ஒருவர் வந்ததை நிரூபிக்க, அவரிடமிருந்து வாங்கிய ஐந்து ரூபாயை அத்தானிடம் காட்டத் தலையணையைத் திருப்புகிறாள். எதுவும் காணப்படவில்லை. தேடித்தேடி பார்க்கி றாள். இல்லை. "ஒருவேளை மேலே மாடியிலே இருக்கும்" என்று மாடியறைக்குச் செல்கிறாள். அவள் பிரயாசைப்பட்டு இரும்பு வளையத்தில் தொங்கவிட்ட கயிறைப் பார்க்கிறாள். கதை முடிகிறது. டெர்லின் சர்ட்டும் எட்டுமுழ வேட்டியும் அணிந்த நபர் வந்த மாயக்காட்சி கதைக்குப் புதுமையான உயிரோட் டத்தைக் கொடுக்கிறது.

இவரது கதைகளில் வரும் ரவுடிகளின் மீதும் வெறுப்பு இல்லை. மேலும் அவர்களை அபிமானத்துடன் பார்க்கிறார்.

கணவன் மனைவி உறவில் உள்ள நாடகத்தன்மையும் 'ஜ்ரம்' கதையில் வருகிறது. 'அக்கினிப் பிரவேசம்' என்று ஒரு கதை உள்ளது. ஜெயகாந்தன் எழுதிய 'அக்கினிப் பிரவேசம்' அந்தக் கால எழுத்துலகில் பரபரப்பை ஏற்படுத்தியது. அந்தக் கதையின் முடிவைப் பற்றிச் சிலர் கதை எழுதினார்கள். இவரும் அக்கதையை வேறுமாதிரி எழுதிப்பார்த்திருக்கிறார். இக்கதையில் மகள் சொல்கிறாள், "ஏம்மா நான் மனசாலே தப்புப் பண்ணலைனியே... அது எப்படிம்மா உண்மையாகும்? மனசு திடமா இருந்திருந்தா இப்படி நடந்திருக்குமா..." என்கிறாள். தாயார் பேச்சை மாற்றுகிறாள். ஜெயகாந்தனின் கதையிலும் சூட்சுமமாக விடப்பட்ட பகுதி அது. இக்கதையில் மகளுக்கும் தாயாருக்கும் இடையே ஏற்படும் உரையாடலில் தாயாரின் மனப் பிறழ்ச்சியில் காரில் வந்த மாப்பிள்ளையைப் பற்றிப் பேசுகிறார். பிறகு வாடகைப் பாக்கி இருப்பது பற்றிப் பேசுகிறாள். அந்தக் காலகட்டத்தில் ஜெயகாந்தனின் 'அக்கினிப் பிரவேசம்' கதையைத் தொடர்ந்து இவரும் ஒரு கதையை எழுதியிருக்கிறார் எனபது எனக்கு வினோதமாக இருந்தது.

'யாரோ முட்டாள் சொன்ன கதை'யில் போலீஸரால் துரத்தப்படும் லூஸ்மணி ரோட்டோரம் இருந்த மைல்கல்லைப் பற்றியவாறு மூடிய கண்களோடு விழுகிறான். நிகழ்காலத்திற்குத் தொடர்பில்லாத கடந்தகாலம் இந்த இடத்தில் வருகிறது. இளனி பறிக்க நெடிய தென்னை மரத்தில் ஏறுகிறான் மணி. 'உய்' என்று காற்று வீசுகிறது. "டேய் லூசு, மரத்தைக் கவ்விக்க." அந்தப் பட்டம் அவனுக்கு முதன்முறையாகக் கிடைக்கிறது. மரத்தைக் கவ்விக்கொள்கிறான். "தம்பி கீழே இறங்குடா" என்று ஒரு குரல் அலறுகிறது. செவ்விளநீர்க் காய்களை ஒரு முறை மீண்டும் பார்க்கிறான். "அய்யோ செவ்விளநீர்க் காய்களே!" கதை முடிகிறது. இக்கதையில் லூஸ்மணி ஒரு கொலையைச் செய்துவிட்டு, அன்புக்குரிய மகன் அழகரையும் விட்டுவிட்டு, போலீஸில் பிடிபட்டு, அவர்களிடமிருந்து, பலரைத் தள்ளிவிட்டு தப்பி ஓடி கீழே விழுந்த பின் வரும் இறுதிப் பகுதி இது. இந்த இறுதிப்பகுதியின் புதிர்த்தன்மை சிருஷ்டிகரமாகக் கூடி கதைக்கு வேறு பரிமாணத்தைக் கொடுத்துள்ளது.

ஜி. நாகராஜனின் சிறுகதைகளின் தலைப்புகள் ஏதும் நம்மைத் திரும்பிப் பார்க்க வைக்கிற மாதிரி இல்லை. மேலே சொன்ன "யாரோ முட்டாள் சொன்ன கதை" என்ற தலைப்பு அக்கதைக்குப் பொருத்தமானதாக இல்லை. கதைகளின் தலைப்புகள் எல்லாம் சாதாரணத் தலைப்புகள். 'டெரிலின்

சர்ட்டும் எட்டுமுழ வேட்டியும் அணிந்த நபர்' என்ற தலைப்பு நீங்கலாக.

மீண்டும் அவரது பொன்மொழிக்கு வருகிறேன்.

"தனது கலைப்படைப்புகள் மூலம் சமுதாய மாற்றங்களை நிகழ்த்துவதாக நினைக்கும் கலைஞனுக்கு, பனம் பழத்தை வீழ்த்திய காக்கையின் கதையைச் சொல்லுங்கள்."

"மனிதனைப் பற்றிப் பொதுவாக எதுவும் சொல்லச் சொன்னால் 'மனிதன் மகத்தான சல்லிப்பயல்' என்றுதான் சொல்வேன்."

இதுதான் ஜி. நாகராஜன். இவைதான் ஜி. நாகராஜனின் கதைகள்.

16.09.2013 **சுரேஷ்குமார இந்திரஜித்**

தீராக் குறை

ஏழு நாட்களாகப் பேச்சு மூச்சில்லை; கண்கள் மூடியபடியே அசைவற்றுக் கிடந்தார் சோமுப் பிள்ளை. சாப்பாடு இறங்கவில்லை; பிறகு தண்ணீர்கூட இறங்கவில்லை. வேளாவேளைக்குப் பலவந்தமாக ஆரஞ்சு நீரும் குளுகோசும் கொடுத் தார்கள். அன்றிரவு அதைக்கூட உட்கொள்ள முடியாமல் வாந்தியெடுத்துவிட்டார். டாக்டர் கொஞ்சம் குளுகோஸ் இன்ஜெக்ஷன் செய்து விட்டுச் சென்றார். யாரும் என்ன, எப்படி என்று கேட்கவில்லை. வீட்டிலிருந்து தந்திகள் பறந்த வண்ணமிருந்தன. ஒவ்வொருவராக மூட்டை முடிச்சுகளோடு வந்திறங்கினர். இரண்டு மூன்று தினங்களுக்கு முன்பு அமைதி நிலவியிருந்த வீட்டில் படிப்படியாக இரைச்சல் வளர்ந்தது.

சோமுப்பிள்ளை கட்டிலில் கிடந்தார். அவரது நெஞ்சு வேகமாக எழும்பித் தாழ்ந்தது. உடலில் வேறு அசைவு இல்லை. கட்டிலின் அருகே ஒரு நாற்காலியில் அவரது கடைசிப் புதல்வன் கணபதி அப்பாவைக் கவனித்துக்கொண்டும், புத்தகம் ஒன்றை வாசித்துக்கொண்டும் இருந்தான். அப்பா அவ்வப்போது முனங்குவார். "என்னப்பா வேணும்?" என்று கேட்டுவிட்டுப் பதிலுக்குக் காத்திருப்பான். பதில் ஒன்றும் கிடைக்காது. மீண்டும் புத்தகத்தில் கவனத்தைச் செலுத்துவான். உத்தரத்திலிருந்து தொங்கிக்கொண்டிருந்த விளக்கு அழுது, புகைந்து, எரிந்துகொண்டிருந்தது.

அடுக்களையில் ஒரே அமர்க்களம். சாப்பிட்டு முடித்தவர்கள், சாப்பிட உட்கார்ந்தவர்கள்,

டெர்லின் ஷர்ட்டும் எட்டு முழு வேட்டியும்... ✳ 17 ✳

சாப்பிட்டுக் கொண்டிருந்தவர்கள் அனைவருமாகச் சேர்ந்து இரைந்து கொண்டிருந்தார்கள். தனக்கு உதவிக்கு வர யத்தனித்த தனது முதல் மாட்டுப்பெண்ணைப் பலவந்தமாக உட்கார வைத்துவிட்டு, பார்வதி அம்மாள் பரிமாறுவதில் முனைந்திருந்தாள். ஒவ்வொரு இலையையும் கவனித்து அவரவர்களுக்கு வேண்டியதை வழக்கம்போல் அள்ளி அள்ளிப் போட்டாள்.

“ஏன் இப்படி இலையிலே வந்து கொட்டறே? வேணுமான்னு கேட்டுப் போடக்கூடாதா?” என்று கடிந்துகொண்டான் மூன்றாவது மகன் முத்து. அவனுக்கு அப்படிக் கேட்க உரிமை உண்டு. முன்சீபு கோர்ட்டிலே பாடுபட்டு அவன் சம்பாதிக்கும் பணமும் சேர்ந்ததுதான் வீட்டு வருமானம். அவனுக்குக் கல்யாணமாகவில்லை. அது அவனுக்குப் பெருங்குறை. அத்தை மகள் அவனுக்குக் காத்திருந்தாள். ஆனால் அவன் அத்தை மகளைக் கட்டுவதில் அப்பாவுக்கு இஷ்டமில்லை. அத்தை குடும்பம் மிகவும் எளிய குடும்பம். வேறு எங்காவது நாலு காசு கிடைக்கும் இடத்தில் முத்துவுக்கு முடித்து வைக்க வேண்டும் என்பது அப்பாவின் விருப்பம். அப்படித்தான் மீனாவின் கல்யாணத்துக்குப் பணம் பார்க்க முடியும். இந்த ஏற்பாட்டில் முத்துவுக்கு இஷ்டமில்லை. அவனை வைத்து அவன் அப்பா ஏன் சம்பாதிக்க வேண்டும்? பார்வதி அம்மாளுக்கு முத்துவின் எரிச்சலின் மூலகாரணம் தெரியும். அவன் எவ்வளவு கோபப்பட்டுப் பேசினாலும் அவள் பதில் பேசமாட்டாள். பார்வதி அம்மாளின் நிர்விசாரம் முத்துவுக்கு ஆத்திரத்தை மூட்டியது.

“இந்த நாதியற்ற வீட்டிலே எல்லாமே இப்படித்தான்! சிக்கனம் என்பது மருந்துக்குக்கூடக் கிடையாது!” என்று தொடர்ந்தான்.

“சர்த்தாண்டா பெரிய மனுஷன், வாயை மூடிக்கிட்டுச் சாப்பிடு” என்று அதட்டினான் மூத்தவன் சங்கரன்.

“ஆமாம், உனக்கென்ன இந்த வீட்டைப் பற்றிக் கவலை! உம்பாடு ஆயிடிச்சு. இன்னைக்கு அப்பா சாகக்கிடக்கவும் தானே இந்தப்புறம் தலை காட்டியிருக்கே. இல்லாட்டி எங்கே தொத்திக்கிடுவாங்களோன்னு ஒதுங்கி இருக்கமாட்டே?” என்று முத்து ரோஷத்தோடு பேசினான்.

“என்னடா, வாய் ரொம்ப நீளுது! யாரடா ஒட்டாமெ ஒதுங்கியிருந்தது? நான் பணம் அனுப்பாமத்தான் நீ படிச்சுக் கிளிச்சியாக்கும்! எட்டாவதிலே நாலு தரம், ஒன்பதாவதிலே மூணு தரம்னு!”

“ஆமாம் நான் மக்குத்தான். உன்னைப்போல் முதல் தரத்திலே பாஸ் பண்ணவும் இல்லை; காலேஜிலே படிக்கிறேன்னு அப்பாகிட்டே ஆயிரமாயிரமாகக் கேட்டு வதைக்கவுமில்லே.”

“முத்தண்ணனுக்கு செலவழிச்சதிலே பாதி செலவு செய்திருந்தாலும் நான் எஸ். எல். சி. பாஸ் செய்து டிரெயினிங் போயிருப்பேன். அப்பாவுக்கு அக்கறையெல்லாம் மகங்க பேரிலேதானே? பிள்ளைங்களுக்கு என்ன செய்தாரு?” என்று தனது அங்கலாய்ப்பை ஆரம்பித்தாள் மீனா.

“ஆமாம், ஆமாம், பிள்ளைங்ககிட்டே அக்கறை இல்லாமல் தான் ஒவ்வொருத்திக்கும் ஐயாயிரம் செலவழித்து இரண்டு பெண்களுக்குக் கல்யாணம் செய்து கொடுத்தாராக்கும்!” என்று முதல் முறையாகப் பேசினான் இரண்டாவது மகன் நடராசன்.

“யாருக்கு ஐயாயிரம் செலவழிச்சது?” என்று சீறி யெழுந்தாள், குழந்தைக்குப் பால் கொடுத்துக்கொண்டிருந்த பங்கஜம். “தலைப்பிள்ளை, தலைப்பிள்ளையின்னு தலையிலே வச்சுக் கூத்தாடி லட்சுமிக்குத்தானே விழுந்து விழுந்து செய்தார்! பணக்கார இடத்திலே கல்யாணம் ஆயிடுச்சீன்னு இன்னைக்கு இந்த வீட்டுப்புறம் காலெடுத்து வைக்கிறது அவளுக்கு ஏளனமாத் தெரியுது! மூணு தந்தியடிச்சாய் விட்டது; இடிச்சு வச்ச புளிமாதிரி உட்காந்துகிட்டு ஊரை விட்டு கிளம்புவேனா என்கிறா பாரு!” என்று தனக்கும் அக்காளுக்கும் உள்ள பண்பாட்டு வேற்றுமையை உதிர்த்தாள் பங்கஜம்.

“என்னமோ பேசிக்கிட்டிருக்கும்போது எங்கேயோ போறயே? லட்சுமிக்குச் செஞ்சாரு செஞ்சாருன்னா, உனக்கு மட்டும் அப்பா செய்யலயா என்ன?” என்று ஆரம்பித்தான் நடராசன்.

“ஆமாம், செஞ்சாரு. ஒரு முரடன் கைலே என்னைப் பிடிச்சுக் கொடுத்துட்டாரில்லே!” என்று அழாதகுறையாகப் பதிலளித்தாள் பங்கஜம்.

“உனக்குக் கெட்டிக்காரத்தனம் இல்லை; அதுக்கு யாரென்ன பண்ண முடியும்? உன் மாப்பிள்ளை கொஞ்சம் நாகரிகப் பேர்வழி. அவருக்கு ஒத்தாப்லே நடக்காமே, நீ எடுத்ததுக்கெல்லாம் சிடுசிடுன்னு பேசறது, இல்லே கண்ணைக் கசக்கிட்டு அழறது என்றிருந்தா அதுக்காக மாப்பிள்ளையை முரடன்னா சொல்றது?” என்று விவரித்தான் சங்கரன்.

"எங்கப்பா என்னைப் படிக்கவைக்காமே பட்டிக்காடா ஆக்கிட்டாரு; பெறகு எதுக்கு நாகரிகக் குடும்பத்திலே கட்டிக் கொடுக்கணுமோ?" என்று சாகசம் புரிய ஆரம்பித்தாள் பங்கஜம்.

"உங்களுக்கென்ன, உங்கபாடெல்லாம் முடிஞ்சிடுத்து; நானும், கணபதியும்தான் நடுத்தெருவிலே நிற்கணும்" என்று அழ ஆரம்பித்தாள் மீனா.

"யார் நடுத்தெருவிலே நிற்கப் போறா? கிறுக்கு மாதிரி பேசாதே" என்று கண்டித்தான் நடராசன்.

"ஆமாம், வேலைவெட்டி பாக்காமே அரசியல், அது இதுன்னு ஊர் சுத்திட்டிருந்தா தம்பி தங்கை நடுத்தெருவிலே நிக்காமத்தானிருப்பாங்க!" என்று நடராசனைத் தாக்கினான் முத்து.

"சர்த்தாண்டா, நிறுத்து. போ, பெரிய வேலை பாத்துட்டே நீ, வேலை!" என்று சுருக்கமாகத் தற்காத்துக்கொண்டான் நடராசன்.

"உனக்கு அதுக்கும் வழியில்லையே?" என்று நிமிர்ந்து பேசினான் முத்து.

"அவனைச் சொல்லிக் குற்றமில்லே; எல்லாம் அப்பா கொடுத்த செல்லம். குழந்தை குட்டிகளைக் கட்டுப்பாடா வளத்தால்தானே?" என்று குற்றத்தை எல்லாம் வேறு பக்கம் திருப்பிவிட்டான் சங்கரன்.

"ஆமாம். கொஞ்சமாவது முன்யோசனை, நிதானம் கிடையாது. கையிலே நாலு காசு கிடைச்சா குதியாய்க் குதிக்கிறது; இல்லாட்டி வெட்கம் மானமில்லாமே, அங்கேயும் இங்கேயும் கடனை வாங்கறது" என்று கூறி அண்ணனை ஆமோதித்தாள் மீனா.

சாப்பாடு முடிந்தது. பார்வதி அம்மாள் அவரவர்களுக்குப் படுக்கை, தலையணை எடுத்துக் கொடுத்துப் படுக்கும் இடமும் காட்டிக் கொடுத்தாள். மகன் வயிற்றுப் பேரனுக்கும், மகள் வயிற்றுப் பேத்திக்கும் தொட்டில் கட்டினாள். மாட்டுப்பெண் பிரயாண அசதியைப் பற்றிப் பேச ஆரம்பிக்கும் முன், அவளைப் படுக்கச்செல்ல உத்தரவிட்டாள். பங்கஜம் மட்டும் அடுக்களையில் உட்கார்ந்துகொண்டே தன் மாப்பிள்ளையின் கொடுமைகளை யெல்லாம் விவரித்துக்கொண்டிருக்க, பார்வதி அம்மாள் பாத்திர பண்டங்களைக் கழுவி அடுக்களையைச் சுத்தம் செய்தாள். வேலை முடிய மணி ஒன்றாயிற்று. பிறகு கணவன்

படுத்திருந்த கட்டிலினருகே வந்தாள். நாற்காலியில் படுத்துறங்கிவிட்ட கணபதியை எழுப்பி, படுக்கைக்கு அனுப்பிவிட்டு நாற்காலியில் அமர்ந்துகொண்டாள்.

காலை மணி ஐந்து இருக்கும். சோமுப்பிள்ளை இலேசாகக் கண்களைத் திறந்தார்.

“கொஞ்சம் குளூகோஸ் சாப்பிடுறீங்களா?” என்று கேட்டாள் பார்வதி. சோமுப்பிள்ளைக்குப் பதிலளிக்க ஆசை. கஷ்டப்பட்டு, கஷ்டப்பட்டுக் கண்களை மூடித் திறந்தார். உதடுகள் இலேசாக அசைந்தன. ஏதோ சொல்ல முயல்கிறார் என்று புரிந்துகொண்டாள் பார்வதி. சோமுப்பிள்ளையின் வாயிலிருந்து வார்த்தைகள் உளறிக் கிளம்பின. அவரது கண்களில் தோன்றிய கண நேரப் பிரகாசம் பார்வதிக்கு நம்பிக்கை கொடுத்தது. “என்ன, என்ன?” என்று கேட்டுக்கொண்டே, முகத்தைக் கணவனின் முகத்தருகே கொண்டு சென்றாள்.

“எல்லாம் நேத்து நடந்த மாதிரியிருக்கு. சந்தனக்கலர் சேலையும், கறுப்பு ரவிக்கையும், தலை நிறைய பூவுமா, மகாலெக்ஷிமி மாதிரி என் வீட்டுக்கு வந்தே ... நீ வலாட்டி நான் இவ்வளவு காலம் இருந்திருக்கவே மாட்டேன் ... எல்லாம் கனவுபோலப் போயிருச்சு... ஒனக்கு நான் ஒண்ணுமே செய்யலே ... இன்னைக்கும் நிலாதரவா நிறுத்திட்டு ...” என்று அலங்கோலமாய் வார்த்தைகள் வெளிவந்தன.

“கண்டபடி ஒண்ணும் பேசாதீங்க; எனக்குத்தான் நீங்க எல்லாம் செய்தீங்க” என்று பார்வதி கண்களில் நீர் பொங்க, துக்கம் நெஞ்சை அடைக்க ஆறுதல் கூறினாள். சோமுப்பிள்ளை மேலும் பேசினார். அவரது வார்த்தைகள் பார்வதிக்குப் புரியவில்லை. இறுதியில் பெரிய ஏப்பம் போல அவரது வாயிலிருந்து தொனி மட்டும் கேட்டது. “ஐயோ, என்னமோ போலிருக்கே!” என்று அலறினாள் பார்வதி. திமுதிமுவென்று எல்லாரும் ஓடிவந்து கட்டிலைச் சூழ்ந்துகொண்டனர். சோமுப் பிள்ளையின் கழுத்து ஒடிந்து விழுவதுபோல ஒருபுறமாகச் சாய்ந்தது.

சரஸ்வதி

சம்பாத்தியம்

பிளாட்பாரத்தில் நின்றுகொண்டு இருந்தேன். எதற்கு? ஒரு சமயம் பார்த்தால் சைக்கிள் ரிக்ஷா வுக்கு என்று தெரியும்; மற்றொரு சமயம் 'ஏதோ' என்று. சைக்கிள் ரிக்ஷா இடைத்தட்டு விஷயம். டாக்சிக்கும் கீழே; நடைக்கும் மேலே. கிழவன் ரிக்ஷாவை ஓட்டி வந்தான். அவனுக்கு என்னைத் தெரியும். மெள்ள ஓட்டி வந்தான். என்னை முறைத்துப் பார்த்தான்; தேவடியாள் பாவனையில் முகஜாடை செய்தான். எனக்குக் கிழவனைப் பிடிக்காது. அதுவும் தேவடியாள் பாவனையில் முகஜாடை செய்பவனை முற்றிலும் பிடிக்காது. முகத்தை மறுபுறம் திருப்பிக்கொண்டேன். என்னைப் பார்த்தவண்ணமே கிழவன் ரிக்ஷாவை ஓட்டிச் சென்றான். மெதுவாக முகத்தைக் கடுகடு என்று வைத்துக்கொண்டு நான் வேறுபுறம் நோக்கினேன். கிழவனைப் பற்றி எனக்கு ஒரு சந்தேகம். அவன் ஒரு மாஜி நகர சுத்தித் தொழிலாளி. அவனைக் கண்டால் எனக்குப் பிடிக்கவே பிடிக்காது. நல்லவேளை! மற்றொரு ரிக்ஷா நான் நோக்கியிருந்த திசையிலிருந்து வந்தது. ரிக்ஷா என்னருகில் வந்ததும், மதிப்பாக விரலை உயர்த்தி சமிக்ஞை செய்தேன். ரிக்ஷாக்காரன் சிறுவன். என் சமிக்ஞையைப் புரிந்து கொள்ளாது போய்விடுவானோ என்று எனக்குப் பயம். பிறகு "ஏய், ரிக்ஷா" என்று கூப்பிடுவது யார்? நல்ல வேளை! அவன் புரிந்துகொண்டான். ஆனால் பல்லை இளித்து "சவாரி இருக்கு" என்று மன்னிப்புக் கோரும் வகையில் கூறினான்.

ஜி. நாகராஜன்

ரிக்ஷாவின் வேகத்தைக்கூடக் குறைக்கவில்லை. நானும் பல்லை இளித்து, 'போ'வென்று சமிக்ஞை செய்தேன். அவன் சென்ற திசையை நோக்கினேன். அடப்பாவி, இன்னும் அந்தக் கிழம் போகவில்லையா! கிழவன் ரிக்ஷாவை அரைக்கால் வட்ட அளவுக்குத் திருப்பி என்னையே நோக்கிக்கொண் டிருந்தான். சிறிது நேரத்தில் பருந்துபோல என்மீது பாய்ந்து விடுவான். 'சைக்கிள் ரிக்ஷா தேவைதான், ஆனால் உன் ரிக்ஷாவில் போகப் பிரியமில்லை' என்று அவனிடம் எப்படிச் சொல்வது? ஆனால் கிழவன் என்மீது பாயுமுன், மற்றொரு காலி ரிக்ஷா வந்தது. தாவி ஏறி உட்கார்ந்துகொண்டேன். அப்பாடா! அந்த மாஜி நகர சுத்தித் தொழிலாளியின் ரிக்ஷாவில் செல்லும் துர்பாக்கியம் எனக்கு ஏற்படவில்லை.

கிழவன் பாவமில்லையா? பாவந்தான். நானில்லாவிட்டால் கிழவனுக்குச் சவாரிக்காரர்களே இல்லாமல் போய்விடுமா?

"வண்டியைப் பாத்து ஓட்டமாட்டே? ரெவ்ட், லைட்டு தெரியாதவனெல்லாம் வண்டியைத் தூக்கிட்டு கிளம்பிட் டானுங்க" என்று இரைந்தான் கிழவன். கிழவனுக்கு அவனது காக்கிச் சட்டையைப் பற்றி அவ்வளவு பெருமை! குதிரை வண்டிக்காரர்கள் என்றாலே அவனுக்கு எளக்காரந்தான்.

"என்ன தாத்தா வெறசரே?" என்றான் வண்டிக்காரன் சாவதானமாக.

"மருதை ரோட்டிலே ரிக்ஷா பிடிக்க லாயக்கில்ல; போலிசுக் காரனெல்லாம் தூங்குறானுங்க" என்று சவாரிக்காரருக்கு விளக்கினான் கிழவன்.

"ஏன் இந்த சத்தம் போடறே? மணியை அடிக்க வேண்டியது தானே" என்றார் சவாரிக்காரர்.

"ஏ புள்ளே, ரோட்லே பாத்துப் பூராயாயென்ன?" என்று இரைந்தான் கிழவன். "கண்ணால ஊருகோலமா இது?" என்று 'புள்ளெ'யெப் பார்த்துக் கேட்டான் கிழவன். அசட்டுச் சிரிப்போடு. 'புள்ளே' விலகிச்சென்றாள்.

"வெலகு, வெலகு, வெலகு..." என்று சப்தமிட்டான் கிழவன். சவாரிக்காரருக்குச் சங்கடமாக இருந்தது. ரிக்ஷா ஒரு முனையில் வளைந்து சென்றுகொண்டிருந்தது.

"ஏய் கிழவா, மணியை அடி, வாளு வாளு என்று ஏன் கத்தறே" என்றார் சவாரிக்காரர்.

"ஏ தம்பி, ஒருபக்கமா போவெயா என்ன?" என்று சாலைப் பரிபாலனம் புரிந்தான் கிழவன்.

டெர்லின் ஷர்ட்டும் எட்டு முழ வேட்டியும்...

“இங்கேதான் நிறுத்து” என்றார் சவாரிக்காரர். கிழவன் ரிக்ஷாவை நிறுத்தினான். சில்லைறையைக் கொடுத்துவிட்டு, தான் செல்ல வேண்டிய இடத்துக்குப் பத்துகஜ தூரம் வந்த வழியில் நடந்து சென்றார்.

கிழவனுடைய வண்டிக்குச் சொந்தக்காரர் ஒரு போலிசுக் காரர். இரவு மணி ஒன்பது ஆனதும் அவரிடம் கிழவன் ரிக்ஷாவை ஒப்படைத்தான்.

“என்னடா கிழவா, இரண்டரையை நீட்டறே? வேறே ஆள் பார்க்க வேண்டியதுதான்.”

“சாமி சத்தியமாச் சொல்றேன், நாலே முக்கால்தானுங்க கிடைச்சது” என்றான் கிழவன்.

“அரை ரூபாய் எங்கேடா?”

“நாளைக்குக் கழிச்சுக்கங்க.”

“பளைய ஆறரை அணா எங்கேடா?”

“அதையும் சேத்துக்கங்க சாமி.”

“திருட்டுப்பயலே!” என்று கூறிக்கொண்டே போலிசுக் காரர் அவன் கையிலிருந்து பத்தரையணாவைப் பிடுங்கிக் கொண்டார்.

“என் உசிரெ எடுத்திடுங்க” என்று கெஞ்சினான் கிழவன். அந்தச் சமயம் யாரோ வந்தார்; போலிசுக்காரரோடு பேச்சுக் கொடுத்தார். கிழவன் நிற்பதை போலிசுக்காரர் மறந்தார். கிழவன் இடத்தை விட்டு நகர்ந்தான்.

கிழவன் கையில் ஒன்றேகால் ரூபாய் இருந்தது. இன்னும் முக்கால் ரூபாய் இல்லாவிட்டால் வீட்டிலே காலெடுத்து வைக்க முடியாது. முத்துசாமிப் பிள்ளையின் வீட்டின் முன் வந்து நின்றான். முத்துசாமிப் பிள்ளையின் சம்சாரம் நெருங்கி வந்து உற்று நோக்கினாள். எடுப்பான தோற்றம்; தலை நிறையப் பூ; பல்லிரண்டு வெளியே எட்டிக் குதித்து மூடிய வாயை எடுத்துக்காட்டியது.

“கந்தசாமி வந்தானா?” என்று கேட்டான் கிழவன்.

“அது யாரது?” என்று கேட்டாள் அவள். கிழவன் விலகி நின்றுகொண்டான். அவள் வீட்டுக்குள் சென்றாள்.

பத்து நிமிடங்களுக்கு ஒருமுறை ஒரு ரிக்ஷா வந்தது. வீட்டின் முன்பு நின்றது. முத்துசாமிப் பிள்ளையின் சம்சாரம் கஞ்சாப் பொட்டலத்தைக் கொடுத்துவிட்டு, காசை வாங்கி

உள்ளேயிருந்த கிழவி கையில் கொடுத்தவண்ணமாக இருந்தாள். “யாரது கிளவனா? ஏய் கிளவா, நேத்து ஒன் வீட்டு வளியா வந்தேன். ஒம் வப்பாட்டி என்னைக் கண்ணடிச்சுக் கூப்பிட்டாடா” என்று வம்பு பண்ணினான் ஒரு ரிக்ஷாக் காரன்.

“அது அவன் வப்பாட்டி இல்லையாம், மகளாம்” என்று நையாண்டி செய்தான் மற்றொருவன்.

“கொளுப்பப் பாரு, கொளுப்பெ! சும்மா போக முடியலே, நச்சுப் போடுவேன் நச்சு” என்று வீறாப்பு பேசினான் கிழவன்.

“டே, கிழவன் நச்சுப்போடுவானாம் நச்சு” என்று கூறிக் கொண்டே வண்டியை இழுத்தான் முதல் ரிக்ஷாக்காரன்.

“பின்னே, கிழவன் சும்மாவா?” என்று கூறிக்கொண்டே, கஞ்சாப் பொட்டலத்தை வாங்கி இடுப்பில் சொருகிக்கொண்டு, சைக்கிளில் ஏறினான் இரண்டாமவன்.

“சும்மா போகமுடியலே, களுதைக்குப் பெறந்தவனுங்க” என்று முனகினான் கிழவன்.

இறுதியில் கந்துவட்டி கந்தசாமி வந்தான். “தம்பி, ஒரு முக்கால் ரூபா வேணும்; நாளெக்கு ஒரு ரூபாவாத் தாறேன்” என்று கெஞ்சினான் கிழவன்.

“முத்து, இருளாண்டி, சின்னப்பன் யாரும் இன்னும் வரலையே?” என்று கேட்டான் கந்தசாமி.

“அது என்னவோ? முத்து மட்டும் இப்பத்தான் போறான்” என்றான் கிழவன்.

“திருட்டுப்பய ஓடிட்டானா?” என்று சொல்லிக்கொண்டே, மின்சார விளக்கருகே வண்டியை ஓட்டிச் சென்று நிறுத்தினான் கந்தசாமி. வேட்டிக்குள் கட்டியிருந்த நிஜாரிலிருந்து ஒரு பர்சை எடுத்து, முக்கால் ரூபாயைக் கிழவனிடம் கொடுத்தான். “கல்யாணி எப்படி இருக்கு?” என்று கேட்டுக்கொண்டான்.

“இருக்கு” என்று சொல்லிவிட்டு நடந்தான் கிழவன்.

கல்யாணி கையில் இரண்டு ரூபாயைக் கொடுத்தான் கிழவன். இளம்பெண் அழகாக இருந்தாள். சோம்பேறி என்பது கிழவனின் நடைச் சத்தம் காதில் படும்வரை படுத்துக்கிடந்ததி லிருந்து தெரிந்தது. அந்தக் குடிசைக்கே விளக்கேற்றி வைத்தாற் போல் இருந்தாள். அழுக்கடைந்த பாய். அதன்மேல் மெழுகு சேலைத் தலையணை என்று சொல்லுமளவுக்கு எண்ணெய்ப் பசை ஏறிய தலையணை. இரண்டு ரூபாயை வாங்கிக்

கொண்டாள். வழக்கம்போல கிழவனின் முண்டாசு, காக்கிச் சட்டை, இடுப்பு வேஷ்டி அத்தனையும் பரிசோதனை செய்தாள். பனிரெண்டு வயதுச் சிறுமி ஒருத்தி குடிசைக்குள் வந்தாள். கல்யாணி அவளிடத்து இரண்டு ரூபாயைத் தந்தாள்.

“ஜிஞ்சர் இல்லையாம். இப்போதான் போயிட்டு வந்தேன். கோலாதான் இருக்காம்” என்றாள் சிறுமி.

“அவுன்சு எப்படி?” என்றாள் கல்யாணி.

‘ஏளணாவாம்.”

“சரி, மூணு வாங்கிக்க. வளக்கம்போல மற்றது வாங்கிக்க.”

சிறுமி நகர்ந்தாள்.

கல்யாணி பாயில் அமர்ந்தாள். கிழவனும் பாயில் உட்கார்ந்தான். கிழவனைக் கவனியாது கல்யாணி பாட்டு ஒன்றை முனகினாள். கிழவன் ஏதோ சொன்னான். கல்யாணி அதைக் கேட்கவில்லை. அவள் பாடிக்கொண்டிருந்தாள். கிழவன் அவள் அருகே நகர்ந்தான். அவள் மேலாக்கைச் சரியாக இழுத்துப் போர்த்திக்கொண்டாள். கிழவன் காத்திருந்தான்.

சிறுமி வந்தாள். ஒரு பாட்டில், இரண்டு முறுக்கு, ஒரு பொட்டலம், சில்லறை இவற்றைத் தரையில் வைத்துவிட்டு, ஓரணாக்காசை மட்டும் எடுத்துக்கொண்டு வெளியே சென்றாள். கிழவன் ஒரு இனாமல் டம்ளரை எடுத்து, அரையளவுக்குத் தண்ணீரை ஊற்றி, அதில் பாட்டிலைக் காலி பண்ணினான். டம்ளரைக் கல்யாணியிடத்து நீட்டினான். கல்யாணி இடது கையில் முறுக்கு ஒன்றை எடுத்துக்கொண்டு, வலது கையில் டம்ளரை வாங்கிக் குடித்தாள்.

பத்து நிமிடங்கள் சென்றன. கல்யாணி கிழவனைக் கட்டித் தழுவினாள்; கிழவன் அவள் மடியில் விழுந்தான். இருவரும் நாயும் நாய்க்குட்டியும் போலப் புரண்டு விளையாடினர். அவள் ஓயாமல் சிரித்தாள்; அவனும் ஓயாமல் சிரித்தான். குடிசை அவர்கள் கலகலப்பை வேடிக்கை பார்த்தது.

இரும்புத்திரை

பூர்வாசிரமம்

ஊருக்கு வெளியே ஒரு வீடு. ஒரு வீடு என்றால், ஒரு வீடு மட்டுமல்ல; பல வீடுகளின் மத்தியில் ஒரு வீடு. ஆனால் ஒதுக்குப்புறமான வீடு. வீட்டை அடுத்து ஒரு நீண்ட பள்ளம்; அதை அடுத்து ரெயில்வே தண்டவாளம். பள்ளத்தில் பசும்புல் வளர்ந்திருந்தது. மழைபெய்தால் பள்ளம் நிறைந்துவிடும். பசும்புல் மறைந்துவிடும். மழை நின்றவுடன் பள்ளம் சகதியாகும்; பிறகு புல் முளைக்கும். பசும்புல் பார்க்கப் பார்க்க அழகாக இருக்கும். வீட்டைப் பற்றிச் சொன்னேன். வீட்டுக் கும் வெளிக் கேட்டுக்கும் இடையே இருபதடி இருக்கும். வீட்டைச் சுற்றி மூங்கில் தப்பைகளா லான வேலி. வெளிக் கேட்டும் மூங்கிலிலானது. வீட்டுக்கும் கேட்டுக்கும் இடையே சிறு தோட்டம். தோட்டத்தில் கனகாம்பரமும் சில அரளிச் செடிகளும் செழித்து வளர்ந்திருந்தன. வீடு சற்றுப் புதிய வீடு. எல்லாப் புது வீடுகளையும் போல கவர்ச்சியான அமைப்பு. உள்ளே நுழைந்து, இட நெருக்கடியைக் கண்ட பிறகுதான் ஏமாற்றம் ஏற்படும். இந்த வீட்டிலும் இட நெருக்கடிதான்; ஆனால் ஏமாற்றம் இல்லை.

தோட்டத்துக்குள் நுழைந்தேன். ஒரு கட்டில் கிடந்தது. அதில் அமர்ந்துகொண்டேன். கூட வந்தவன் மட்டும் உள்ளே சென்றான். நாற்பத் தைந்து வயது நிரம்பிய ஒரு ஸ்திரீயோடு திரும்பி வந்தான். நாற்பத்தைந்து என்பது எனக்கு அப்போது தோன்றியது அல்ல; பிறகு தெரிந்தது. செக்கச்

சிவந்த மேனி. அழகான உடை. தலை நிறைய பூ. ஆண்மை உணர்ச்சியைத் தட்டியெழுப்பும் மார்பகம். முகத்தில் மட்டும் வியர்வை வழிந்தோடியது. முன்வந்து "வணக்கம்" என்று கை கூப்பினாள். திகிலடைந்தேன். இருந்தாலும் சமாளித்துக் கொண்டு, அரைகுறையாக உட்கார்ந்தபடியே கைகூப்பி வணக்கம் சொன்னேன். கட்டிலை முந்தானை கொண்டு தட்டிவிட்டு கட்டிலில் உட்கார்ந்துகொண்டாள். என்னை யறியாமல் நான் சற்று நகர்ந்து உட்கார்ந்தேன். அவளுக்குள் சிரித்துக்கொண்டிருப்பாள். கூட வந்தவன் என்னை அறிமுகப் படுத்தி வைத்தான் – எனது பெயரைக்கூடச் சொல்லாமல். எனக்குக் கூட வந்தவன்மீது கோபம். பதினைந்து பதினாறு என்றல்லவா சொல்லியிருந்தான்? கூட வந்தவனை அரை குறைக் கோபத்தோடு நோக்கினேன். அவன் கண்ணைச் சிமிட்டினான். சிமிட்டலைப் புரிந்துகொண்டு வீட்டினுள் நோக்கினேன். சிறுமி வந்தாள். மாநிறம். சிறு உருவம். குனிந்த பார்வை. அடக்கவொடுக்கமான, ஆனால் அழகு பொங்கும் மார்பகம். வாய்ல் மேலாக்கு; வாய்ல் ஜாக்கெட்டு. மூக்கிலே பேசரி. காதைத் தொட்ட கறுப்புக் கண்மை. இலேசாகக் கனைத்திருப்பேன். கூட வந்தவனைப் பார்த்தேன். கூட வந்தவன் அம்மாவைப் பார்த்தான். ரூபாயை எடுக்கப் பைக்குள் கையைப் போட்டேன்.

"அது கிட்டயே பிறகு கொடுத்திடுங்க" என்றாள் அம்மா.

"அப்ப நான் வரட்டுமா?" என்றான் கூட வந்தவன்.

"சரி" என்றேன்.

"சேஞ்சு" என்றான்.

அரை ரூபாயை நீட்டினேன். சிரித்துப் பார்த்தான். கூடுதலாகக் கால் ரூபாயைக் கொடுத்தேன். சலாம் போட்டு விட்டு ஓடினான்.

சிறிய அறை. அறைக் கதவின் சாவித் துவாரத்தில் துணி அடைக்கப்பட்டிருந்தது. உள்ளே ஒரு மேஜை; மேஜை அருகே நாற்காலி; மேஜையில் புத்தகங்களும் நோட்டுப் புத்தகங்களும் கிடந்தன. மேஜையருகே கட்டில் கிடந்தது. கட்டிலின்மேல் ஓரளவு அழுக்கடைந்த மெத்தை. மெத்தையில் நான் அமர்ந்தேன். கதவைத் தாளிட்டுக்கொண்டு அவள் என் அருகே வந்து அமர்ந்தாள். அணைத்து முத்தமிட்டேன். உதட்டைத் துடைத்துக் கொண்டே என் மடிமீது ஒரு கையும், மற்றொரு கையை என் தோள்மீதும் போட்டாள். மீண்டும் கட்டியணைத்துக் கழுத்திலே முத்தமிட்டேன். பெருமூச்சு விட்டுக்கொண்டே

என்னருகே நெருங்கி உட்கார்ந்தாள். என் காலை அவள் கால்மீது போட்டேன். போட்ட காலைக் கையால் இழுத்து அவளது தொடை மீது அழுத்திக்கொண்டாள்.

"ரொம்பப் பழக்கப்பட்டவர் போலிருக்கு" என்றாள்.

"இல்லையே" என்றேன்.

"ஊம். பெயரைக் கேக்கலே, சாதியைக் கேக்கலே, வயதைக் கேக்கலே..." என்றிழுத்தாள்.

"கேக்கணும்னுதானிருந்தேன்."

"அதெல்லாம் ஒண்ணும் வேணாம்" என்று கூறிக்கொண்டே என் கன்னத்தில் முத்தினாள்...

அரை மணி நேரம் கழித்து அறையை விட்டு வெளியே வந்து கட்டிலில் அமர்ந்துகொண்டேன். கட்டிலின் ஒரு முனையில் உட்கார்ந்திருந்த அம்மா சற்று எழுந்திருப்பதாகப் பாவனை செய்துவிட்டு, "என்ன அவசரம்? இருந்து பேசிட்டுப் போங்களேன்" என்றாள். "அடுத்தவாட்டி வாரப்போ, யாரையும் கூட்டியார வேண்டாம்; தாராளமாக உள்ளே வந்து பஞ்சவர்ணத்தம்மா என்று விசாரியுங்க" என்றாள்.

'சரி' என்னும் பாவனையில் தலையசைத்தேன். தங்கமும் உடையைச் சரிப்படுத்தியவாறே, அம்மாவின் அருகில் வந்து நின்றாள்.

"இந்த வருசம் பரீட்சைக்குப் போகுது" என்றாள் அம்மா.

"சொல்லிச்சு" என்றேன்.

"நான் மரகதம் எலிமெண்டரி பள்ளியில் வேலை பார்க்கிறேன்" என்று கூறிக்கொண்டே மேலாக்கைச் சரிப்படுத்திக் கொண்டாள். அவளது உருண்டு திரண்ட மார்பகத்தில் என் கண் விழுந்தது. ஆசை இலேசாகத் துளிர்த்தது.

"இந்த வீடு நாங்க கட்டறதுதான்" என்று பக்கத்து வீட்டைக் காட்டினாள். வீடு அரைகுறையாய் நின்றுகொண் டிருந்தது.

"செலவென்ன ஆச்சு?" என்றேன்.

"இதுவரை ஏழாயிரத்துக்கு மேலே ஆயிடுச்சு. இன்னும் மூணு நாலு வேண்டியிருக்கும் போலிருக்கு."

"நான் போய்ப் படிக்கட்டுமா அம்மா?" என்று தங்கம் என்னைப் பார்த்தவாறே சொன்னாள்.

"அடுக்களேலே விளக்கப் போட்டுக்க" என்றாள் அம்மா.

தங்கம் என்னைப் பார்த்துச் சிரித்துவிட்டு அங்கிருந்து அகன்றாள். நான் எழுந்திருக்க முயன்றேன்.

"அவசரமா?" என்று கேட்டுக்கொண்டே, கைகளைக் கட்டிலின் பின்நுனியில் விறைப்பாக அழுத்தினாள் அவள். அவளது விம்மிப் புடைத்த மார்பகத்தில் என் கண்கள் மீண்டும் விழுந்தன. ஆசை பலப்பட்டது.

"என்ன அடுக்களேலே படிக்கச் சொன்னீங்க?" என்றேன்.

"யாரும் கண்டு பேச வந்தாலும்..." என்றாள்.

"இந்த நேரத்திலா?" என்று கூறிக்கொண்டே, சற்று நெருங்கி உட்கார்ந்தேன்.

"சும்மா உங்க பிரியம்போல உட்காருங்க" என்றாள், என் சங்கடத்தைப் புரிந்துகொண்டு. சிறிது நேரம் கழித்து, "வேணா உள்ளுக்குப் போயிடலாமா?" என்றாள்.

மீண்டும் அதே அறை. அழகழகாகப் பேசினாள். பழைய கதை, நடக்கும் கதை, வருங்காலக் கதை. ரசித்துக் கேட்டேன்.

சிறிது நேரத்தில் இருவரும் மீண்டும் வெளிக்கட்டிலில் வந்து அமர்ந்தோம். தங்கம் ஒரு கையில் புத்தகமும், மறு கையில் காபி டம்ளருடனும் வந்தாள். காபியை அருந்திவிட்டு இருவரிடமும் விடைபெற்றுக்கொண்டேன். காபி பாடாவதியாக இருந்தது.

ஒரு வருடம் கழிந்திருக்கும். மீண்டும் அங்கு தனித்துச் சென்றேன். அரைகுறையாக நின்ற வீடு முற்றுப்பெற்று விளங்கியது. விசாரிக்கப் பயந்து நேராகத் தெருவோடே நடந்தேன். திரும்பி வந்து பழைய வீட்டினுள் நோக்கினேன். கட்டிலைக் காணோம். செடிகள் சருகாகக் கிடந்தன. உள்ளே விளக்கு எரிந்தது. விளக்கு வெளிச்சத்தில் இரண்டு குழந்தைகள் சண்டை போட்டுக்கொண்டிருந்தன. உள்ளே மற்றொரு குழந்தை வீறிட்டு அழுதுகொண்டிருந்தது. 'எங்கேயோ போய் விட்டார்கள் போலிருக்கு' என்று நினைத்துக்கொண்டே, வீட்டைக் கடந்து நடந்தேன். புது வீட்டு வாசலுக்கு உள்ளிருந்து அப்போதுதான் வந்த ஒரு அம்மா, "யாரைப் பாக்கறீங்க?" என்றாள். குரல் பழக்கப் பட்டதாகத் தெரிந்தது. தயங்கி நின்று உற்று நோக்கினேன். நின்றுகொண்டிருந்தது பஞ்சவர்ணத்தம்மா.

"வாங்க, வாங்க" என்று வரவேற்றாள். படியேறினேன். புத்தம் புது வீடு. கூடத்துக்கு அழைத்துச் சென்றாள். அறையில்

மெர்க்குரி லைட். ஓரத்தில் ஒரு அலங்காரக் கட்டில் – சிறியது. இரண்டு பிரம்பு நாற்காலிகள். சுவரில் நாலைந்து படங்கள். ஒரு வட்ட மேஜை. வட்ட மேஜையின் மீது அழகான துணி விரிப்பு. துணிவிரிப்பின் மீது காகிதப்பூ கொண்ட ஒரு 'வேஸ்'. அருகில் ஒரு ஊதுவத்தி 'ஸ்டான்ட்'. அவள் ஒரு நாற்காலியிலும் நான் ஒரு நாற்காலியிலுமாக உட்கார்ந்து கொண்டோம்.

"வந்து நாளேச்சே?" என்றாள்.

"ஒரு தரம்தானே வந்திருக்கேன்! எப்படி ஞாபகம் வச்சிருக்கீங்க?" என்றேன்.

"நான் யாரையும் மறப்பதில்லை" என்றாள். பதில் எனக்குப் பிடிக்கவில்லை.

"தங்கம் எங்கே?"

"நீங்களும் நல்லாத்தான் ஞாபகம் வச்சிட்டிருக்கீங்க! போன தைலேதான் கல்யாணமாச்சு" என்றாள்.

"கல்யாணமாயிருச்சா?" என்றேன்.

"என்ன அப்படிக் கேக்கறீங்க? நல்ல இடமாப் பார்த்துக் கொடுக்க, எவ்வளவு கஷ்டப்பட்டேன் தெரியுமா? மாப்பிள்ளை நல்ல சம்பளத்திலே இருக்காரு; முன்னூறு நானூறு சம்பாதிக்கிறார். கண்ணியமான குடும்பம். ரொம்பப் பிரியமா இருக்காரு" என்று கூறினாள்.

"ரொம்ப சந்தோஷம்" என்றேன்.

"முன்மாதிரி நான் ஒண்ணும் வச்சிககிறதில்லல. அவர் காதிலே எதுவும் விளுந்திட்டா எவ்வளவு சங்கடப்படுவாரு..! என்னைக்கூட அவுங்ககூடவே வந்திருக்கச் சொல்றாரு; எனக்குத்தான் யார் கிட்டேயும் இருக்கப் பிரியமில்லே" என்றாள்.

"இன்னும் வேலை பாக்கறீங்களா?"

"பின்னே? இன்னும் பத்து வருசத்துக்குப் பார்க்கலாமே!"

சிறிது நேரம் அவளை முறைத்துப் பார்த்தேன். முன்பு போலவே இருந்தாள். எழுந்து விடைபெற்றுக்கொள்ள மனமில்லை.

"வீட்டைப் பிரமாதமாகக் கட்டிட்டீங்களே!" என்றேன்.

"பத்து பதினஞ்சு என்று இருபதுவரை இளுத்திரிச்சு. தங்கம் கல்யாணத்துக்கு வேறே பத்துக்கு மேலே செலவளிச்சேன்" என்றாள்.

டெர்லின் ஷர்ட்டும் எட்டு முழ வேட்டியும்... ✻ 31 ✻

“நீங்களும் அறுபது ரூபாய் சம்பளத்திலே எவ்வளவோ செய்திட்டீங்க” என்றேன். அவள் பேசாமலிருந்தாள்.

“நீங்க மட்டும்தானா இருக்கீங்க?” என்றேன்.

“இல்லை. அக்கா மகன் ஒருத்தனைக் கூட்டியாந்திருக்கேன். தனியா இருக்கறதுன்னா சங்கடமா இருக்குல்லே? பள்ளிக் கூடத்திலே வாசிச்சிட்டிருக்கான்” என்றாள்.

“எங்கே காணோம்?”

“ஏதோ சினிமாப் பாக்கப் போயிருக்கான்” என்று கூறிக்கொண்டே சுவரிலிருந்து ஒரு போட்டோவை எடுத்துக் காட்டினாள். பையனின் போட்டோ. போட்டோவைப் பார்த்துவிட்டு மேஜையில் வைத்தேன்.

அதை எடுத்துச் சுவரில் மாட்டிவிட்டு அழகு பார்த்தாள்.

“அவனை டாக்டருக்குப் படிக்க வைக்கப்போறேன்” என்றாள்.

எனக்குப் பேச்சில் அக்கறை குறைந்தது.

“அப்ப, ரொம்ப சந்தோஷம்; நான் வரட்டுமா?” என்று கூறிக்கொண்டே எழுந்தேன்.

“வந்திட்டு சும்மா போறதுனா சங்கடமா இருக்கும் இல்லையா?” என்று சிரித்தாள்.

“இதிலே என்ன சங்கடம்?” என்று நானும் சிரித்தேன். எனக்குக் கட்டுக்கடங்காத ஆசை. அவள் எழுந்து சென்று கதவை அடைத்தாள்.

கட்டிலுக்குச் சென்று என்னையும் அழைத்தாள். பிறகு இருவரும் கட்டிலிலிருந்து நாற்காலிக்கு வந்தோம். கதவைத் திறந்தாள்.

பையிலிருந்து ஒரு பத்து ரூபாய் நோட்டை எடுத்து நீட்டினேன்.

“என்ன பணம் அப்படிச் சீப்படுதா? உள்ளே வைங்க” என்றாள் சிரிப்புக் கண்டிப்புடன்.

“இல்லே இருக்கட்டும், வச்சுக்கங்க.”

“வாங்கறதில்லே” என்றாள்.

“இதிலே என்னவாம்?” என்றேன்.

“இனிமே எனக்கெதுக்கு? தங்கத்துக்கு நல்ல புருஷனாக் கிடைச்சாச்சு; எனக்கு வீடும் நிலமும் இருக்கு.”

புறப்படத் தயாரானேன். ஆனால் ஒன்று சொல்ல வேண்டும் என்று தோன்றியது.

"அன்னைக்குத் தங்கத்தை அளவச்சுட்டேன், தெரியுமா? உங்க சுய நலத்துக்காக தங்கத்தின் வாழ்க்கையைப் பாள் பண்ணிட்டிருந்தீங்க என்று அவகிட்ட சொன்னேன்" என்றேன்.

"இது என்ன? அது மனசை யாரெல்லாமோ புண்படுத்தினாங்க. அதனோடே கெட்டிக்காரத்தனம் அதைக் காப்பாத்திச்சு! வெறுப்பூங்கறது அது மனசுகிட்டே வரவே வராது. எல்லாம் மீனாட்சி துணை" என்றாள்.

நான் விடைபெற்றுக் கிளம்பும் நேரம் அவள், "நல்ல பொண்ணாப் பாத்து ஒரு கல்யாணத்தைச் செய்துக்குங்க. அடுத்த தரம் வரப்போ கல்யாணக் காகிதத்தைக் கொடுக்கத் தான் வரணும்" என்று பரிவோடு சிரித்தபடி சொன்னாள். சிரித்துக்கொண்டே தலையசைத்தேன். கைகூப்பி வணங்கினாள். கவனியாது நடந்தேன். அவள் வீட்டினுள் நுழைந்தாள்.

வீட்டுக்கும் வீட்டை அடுத்திருந்த நீண்ட பள்ளத்துக்கும் நடுவே ஓடிய சாலை வழியே நடந்தேன். கண்ணுக்கெட்டிய தூரமெல்லாம் முழுமதியின் பால் ஒளியில் திளைத்துக் கிடந்தது. பள்ளத்தில் பசும்புல் அசைவற்றுத் தூங்கியது. அதையடுத்து எல்லையற்ற ஏதேதோ தூர இடங்களை இணைத்தபடி ரெயில்வே தண்டவாளம் படுத்துக் கிடந்தது. நான் நடக்கவும் படுத்துக் கிடந்தபடியே அது முன்புறமும் பின்புறமும் ஓடியது.

சரஸ்வதி, ஜனவரி 1960

அக்கினிப் பிரவேசம்

அக்கினிப் பிரவேசம் நடந்துவிட்டது.

ஆனால் . . .

அக்கினியானாலென்ன, கார்ப்பரேஷன் தண்ணீரானால் என்ன, இயற்கைக்கு எல்லாம் ஒன்றுதான்.

உடனே படுக்கைக்குச் சென்றால் கொசுக் கடிக்குத் தாக்குப்பிடிக்க முடியாதாகையால் 'மெரினா ஸ்டோர்' வாசிகள் தூக்கம் கண்ணைச் சொக்கிக்கொண்டு வரும் வரை பேசித் தீர்ப்பது என்ற உறுதியில் இருக்கிறார்கள். முதல் வீட்டு வரதராஜுலு மூன்றாம் வீட்டு ரெங்கசாமிக்கு தான் நேற்றுப் பார்த்த ஆங்கில உளவுப் படக் கதையை தான் புரிந்துகொண்ட அளவுக்கு விளக்கிக்கொண்டிருக்கிறான். இரண்டாம் வீட்டுக் கோதையம்மாள் ஏழாம் வீட்டுச் சீதம்மாளுக்குத் தனது மைத்துனன் மகளுக்கு திடீர் கல்யாணம் ஆன விவரத்தை விவரித்துக்கொண்டிருக்கிறாள். நான்காம் வீட்டுப் பள்ளிச் சிறுவன் இராமானுஜம் பொற்கைப் பாண்டியன் கதையை சிவாஜி கணேசன் பாணியில் உரக்க வாசித்துக்கொண்டிருக்கிறான். ("இக்கரமா பிழைத்தது? பிழைத்த தெனின் பெறுக இவ்வெட்டை!") வசந்தாவும், மீனுவும், சேஷய்யாவும் சினிமாப் படங்களின் பேர்களை எழுத்து வாரியாகச் சொல்லி விளையாடிக்கொண்டிருக்கின்றனர். ஆறாம் வீட்டுத் திருவேங்கடம் ஒரு கைரேகை சாஸ்திரப் புத்தகத்தைப் படித்துக்கொண்டும் தன் கையை

மாறி மாறிப் பார்த்துக்கொண்டும் இருக்கிறார். சீதம்மாளின் மகன் பரசு, பி. எஸ்சி. மாணவன், படுக்கைக்குச் செல்லும் முன் பார்ப்பது ஒரு பிரபல வார இதழின் அட்டைப்படம்...

நாம் இப்போது நுழைவது ஐந்தாம் நம்பர் வீடு. கதவு அடைத்திருக்கிறது; இருந்தாலும் உள்ளே நுழைகிறோம்.

அரிக்கன் லைட் திரி மிகவும் சிறிதாக்கப்பட்டுள்ளது. முதலில் ஒன்றும் தெரியவில்லை. கொஞ்சம் பொறுத்திருந்து பார்க்கிறோம். இலேசாக இரண்டு ஜென்மங்கள் படுத்திருப்பது தெரிகிறது. இரண்டும் பெண் ஜென்மங்கள். ஒன்று தாய், மற்றது மகள். அவர்கள் ஏதோ பேசிக்கொண்டிருக்கிறார்கள். அதைக் கேட்போம்.

"ஏண்டி, நல்லாக் கணக்கு பார்த்துச் சொல்லு. இன்னை யோட எத்தனை நாளாகுது?"

மகள் முணுமுணுக்கிறாள். "செவ்வாய் இருபத்தினாலு, புதன் இருபத்தஞ்சு, வியாழன் இருபத்தாறு, வெள்ளி இருபத் தேழு, சனி இருபத்தெட்டு. சரியா இருபத்தெட்டு நாளாயிரிச்சு."

"வழக்கமா எத்தனை நாளாகும்?"

"இருபத்தினாலுக்கு ஒரு நாள் தப்பினதில்லே. ஒரே ஒரு தரம் ஒரு கல்யாணத்துக்குப் போய்விட்டு வந்தோமில்லையா, அப்ப ரெண்டு நா தள்ளிப் போச்சு."

"கடுக்காயையும், கசகசாவையும் அரைச்சுக் குடிச்சா போயிடும்பாங்க. அதைவேணாங்கறே!"

"இதுக்கு இங்கிலீஷ் மருந்து இருக்கம்மா."

"என்ன இங்கிலீஷ் மருந்து? கத்தியைப் போட்டு எடுக்கறதா?"

"உஹூம். அதுக்கு பில்ஸ் மாத்திரை இருக்காம்."

"யார் சொன்னா?"

"என் சிநேகிதி ஒருத்தி சொன்னா, எழுதி வாங்கி வச்சிருக்கேன். நாலணாத்தானாம். ஒரு நாளைக்கு ஆறுன்னு மூணு, நாலு நாள் சாப்பிடணுமாம். ஆயிடுமாம். நாலஞ்சு ரூபா ஆகும்!"

கேளுங்க, தாயும் மகளும் பேசற பேச்சை.

"பாவி, பழிகாரன். அவன் வெளங்குவானா? உடம் பெல்லாம் புளுத்துச் சாகணும்!"

"இப்ப அவனெத் திட்டி என்னம்மா பண்றது? கார்ல ஏறியிருக்கக் கூடாது. அப்படி ஏறினபெறவும் அவன் தப்பா நடந்துக்கிறான்னு தெரிஞ்சதும் ஓடற கார்லேந்து குதிச்சாவது செத்து மடிஞ்சிருக்கணும். ஏம்மா, நான் மனசால் தப்புப் பண்ணலைனியே, அது எப்படிம்மா உண்மையாகும்? மனசு திடமா இருந்திருந்தா இப்படி நடந்திருக்குமா?"

தாயார் பேச்சை மாற்றுகிறாள். "வடபழனியப்பா! எம் பொண்ணுக்கு ஒண்ணும் வராம பாத்துக்கோடா! அடுத்த கார்த்திகைக்கு அம்பது தேங்கா உடைக்கிறேன்."

"ஏம்மா, மனசு வேறே, உடல் வேறேயா?" என்று மகள் தொடர்கிறாள்.

"எல்லாம் இந்த வீட்டுச் சாபந்தான். முன்னே நம்ம மாதிரியே இந்த வீட்ல ஒரு அம்மாவும் மகளும் இருந்தாங்களாம். அவளும் என்னெப் போல தாலியறுத்தவளாம்! ஏதோ தப்புப் பண்ணி வயித்துலே வாங்கிட்டாளாம். 'நீ எப்படியும் பிழைச்சிக்கோ; நான் போறேன்'ட்டு மகளுக்கு எழுதி வச்சிட்டு கடல்லே விழுந்து செத்தாளாம்."

"அம்மா, எதுக்கம்மா இதெல்லாம் இப்ப சொல்றே?"

"பட்டணத்துக்கு வந்தா பொளெச்சுக்கலாம்னு வந்தேன்."

"இப்ப அதுக்கு என்னம்மா?"

"நானும் பொளெச்சேன்! என் மகளும் பொளெச்சுட்டா! அவ மாப்பிள்ளை இருக்காரே, அவர் பெரிய பணக்காரர். அவர் எங்க வீட்டுக்கு வரதுனா தெருக்கோடியிலே காரை நிறுத்திட்டு வருவார். ஆமா, அவர் காரு இந்தத் தெருக்குள்ளே வரமுடியாது; அத்தனை பெரிய காரு."

"என்னம்மா உளர்றே, என்ன?"

"கல்யாணம் ஜேஜேன்ட்டு நடந்திச்சு. பட்டணமே அமர்க்களப்பட்டது. மந்திரிமார்களும் சினிமா ஸ்டார்களும் வந்திருந்தாங்க. மாப்பிள்ளைக்கு எம் மகள்னா உசிரு. அவளைக் கார்லே வச்சு . . ."

"அய்யோ, என்னம்மா உளர்ரே!" என்று கத்திக்கொண்டு மகள் எழுந்திருந்து விளக்கைப் பெரிசாக்குகிறாள்.

". . . அவளெக் கார்ல வச்சே தாலி கட்டினானாம்" என்று கம்மிய குரலில் கூறிக்கொண்டே தாய் தூக்கத்தில் ஆழ்கிறாள்.

"அம்மா, அம்மா" என்று பதறிக்கொண்டே மகள் தாயை உலுப்புகிறாள்.

"யாரது? வீட்டுக்காரய்யாவா? இந்த மாசம் எதிர்பாராமே கல்யாணச் செலவு வந்துடுச்சய்யா. வாடகையை அடுத்த மாசம் சேர்த்து வாங்கிக்கங்கய்யா" என்று தாய் முனகுகிறாள்.

உம், உம், என்ன கண்ணறாவி இது! அவர்கள் நம்மைப் பார்த்துவிடப் போகிறார்கள். நல்ல கூத்துத்தான்!

நமக்கென்ன கவலை. நாம் ஓடிப் போயிடலாம். ஏதாவது சினிமா பார்க்கலாம்; இல்லாட்டி நீதிக் கதை படிக்கலாம்.

சாந்தி, மார்ச் 1967

எங்கள் ஊர்

எங்கள் ஊருக்கு நீங்கள் வர வேண்டும். இராமநாதபுரம் மாவட்டத்தில் கடற்கரை ஓரமாக இருக்கும் எங்கள் ஊருக்கு நீங்கள் கட்டாயம் வர வேண்டும். கடற்கரைப் பக்கம் சென்று குச்சிக் காலுடன் நெடிது வளர்ந்து, பழுப்பும் பச்சையுமாய் விட்ட தங்களது கைகளைக் காற்று போனபடி அலைக்கும் அந்தத் தென்னை மரங்களையும், முடிவிலாது விரிந்து கிடக்கும் கடலையும் பார்த்து விட்டால் எங்கள் ஊரை விட்டுப் போக உங்களுக்கு மனமே வராது. எங்கள் ஊர் சின்ன ஊர்தான்; ஆனாலும் அதற்கும் ஓர் முக்கியத்துவம் உண்டு. இலங்கைக்குப் பக்கத்தில் இருக்கிறதல்லவா? ஊருக்கு வடகிழக்கே ஏழு மைல் தூரத்தில் ஒரு பயங்கரமான மூங்கிற்காடு உண்டு. ஒரு நாள் காலையில் நானும் மாதவனும் பத்து மணி சுமாருக்கு அந்தக் காட்டுக்குச் சென்றோம். ஒன்றும் காரியமாக இல்லை; வெறுமனேதான். காட்டுக்குள் நாலைந்து எட்டுத்தான் வைத்திருப்போம்; கும்மிருட்டுக்குள் மாட்டிக்கொண்டோம். என்னவோ வாடை மூக்கைச் சாடியது. கொழும்புக்குப் போகத் துடிப்பவர்களைப் படகுக்காரர்கள் இரவு நேரத்தில் படகில் ஏற்றிச் சென்று அங்கும் இங்கும் கடலில் அலைக்கழித்து விட்டு இறுதியில் அந்த மூங்கில் காட்டில்தான் இறக்கிக் கழுத்தை நெரித்துக் கொல்வார்களாம். அந்த மூங்கில் மரங்களைத்தான் பார்க்க வேண்டுமே! பனைமரம், தென்னை மரம் அளவுக்கு அடி பருத்து பசுமையே இல்லாது கருமஞ்சள்

வண்ணக் கோலத்தில் காற்றோடும் காலத்தோடும் சல்லாப வித்தைகள் புரிந்துகொண்டிருக்கும்.

எங்கள் ஊரில் உள்ள இருளாடிவிட்ட பிள்ளையார் கோவில் பிழைத்த கதை உங்களுக்குத் தெரியாது. எஸ். பி. ஏ. ராமனாதன் செட்டியார்தான் கோவிலைப் பிழைக்க வைத்தார். ஆயிரத்தோரு பவுன் தங்க பிஸ்கட்டுகளைப் பெட்டியில் மறைத்து, ஓலையில் சுருட்டி, சாக்கில் திணித்து ஒற்றைக் கையாகக் கொண்டுவந்த மாரியப்பன் இலங்கைக் கஸ்டம் போலீசு கொடுத்த மூன்று ரவைகளையும் உடம்பில் வாங்கி, மூங்கிற்காட்டில் அஞ்சு மரத்தடியில் மூட்டையைக் கிடத்திக் காத்துக் காத்துப் பார்த்தான். அவன் மூச்சு நின்ற மூணாம் நாள் இரவு செட்டியாரும் 'இரண்டு ஆட்களும்' சாதா உடையில் லோகல் எஸ். ஐ.யும் வந்து மூட்டையை எடுத்துச் சென்றனர். ஆயிரம் ரூபாய் செலவில் பிள்ளையார் கோவில் சற்றே புதுப்பிக்கப்பட்டது. அடுத்த வருடமே பிள்ளையார் கோவில் மீண்டும் ஐயாயிரம் ரூபாய் செலவில் ஒளியாட விடப்படக் காரணம் மருதையனின் சாவு. மருதையன் என்றதுமே அவன் மனைவி சொக்கியின் நினைவுதான் வருகிறது. நாற்பத்தைந்து வயதுக்கு மேல் ஒரு கட்டுக் குலையாத அழகி இருக்க முடியுமானால் அது சொக்கிதான். அவளைப் பற்றிப் பிறகு சொல்கிறேன். மருதையன் செய்தது என்னவோ தப்புத்தான். பதினாறு வயது நிரம்பாத அந்தச் சுப்பையா ரெட்டியின் மேல் அவனுக்கு என்ன பரிவு? அவனை மட்டும் குத்திக் கொல்லக்கூடாது என்று ஏன் அவன் அவனுடைய கூட்டாளிகளோடு அந்த மூங்கிற் காட்டில் தகராறு பண்ணினான்? உயிர் பிழைத்த சுப்பையா மருதையனின் ஆட்களோடு சேர்ந்துகொண்டதாகச் சொல்லிக்கொண்டு, இரண்டே வருடத்தில் இரண்டாயிரமும் பார்த்துவிட்டு இலங்கைப் போலீசுக்கு எல்லாத் துப்பையும் தந்துவிட்டுத் தப்பினான். இப்போது அவன் கொழும்பில் 'கிராண்டு பாகில்' ஓட்டல் வைத்திருக்கிறான். நல்ல வியாபாரம். சிங்களச்சி ஒருத்தியைக் கல்யாணம் செய்துகொண்டு தமிழச்சி ஒருத்தியை வைத்துக்கொண்டிருக்கிறான். அவனுக்குப் பரிவு காட்டினானே மருதையன், அவன் பாடு என்னவாயிற்று? அவனை இலங்கைப் போலீசு சுட்டுக்கொல்ல, சொக்கி தெருவிலே நின்றாள். மருதையன் மட்டும் செத்திருக்காவிட்டால் ஷேக் ராவுத்தர் பாடு அதோகதியாக இருந்திருக்கும். இலங்கையி லிருந்து திரும்பியதும் ஷேக் ராவுத்தரைப் 'போட்டுப் பாத்து' விடுவதாக மருதையன் சூளுரைத்திருந்தான். மருதையன் ஒன்று சொல்லிவிட்டால் அதை சொக்கியே எதிர்த்தாலும் நிறைவேற்றிவிடுவான். அதனால்தான் அவன் இறந்த செய்தி

கேட்டதும் ஷேக் ராவுத்தர் பிள்ளையார் கோவிலைப் புதுப்பிக்க ஐயாயிரம் செலவழித்தார். ஆனால் செலவை எல்லாம் ராவுத்தரின் கணக்குப்பிள்ளை ராமசாமி மூப்பனாரின் உபயம் என்றுதான் கோவில் வாசகங்கள் அறிவிக்கின்றன.

எங்கள் ஊருக்கு நீங்கள் வரவேண்டும். கடற்கரைப் பக்கம் சென்று குச்சிக்காலுடன் நெடிது வளர்ந்து, பழுப்பும் பச்சையுமாய்விட்ட தங்களது கைகளைக் காற்றுப் போனபடி அலைக்கும் அந்தத் தென்னை மரங்களையும், முடிவிலாது விரிந்து கிடக்கும் கடலையும் பார்த்துவிட்டால் எங்கள் ஊரைவிட்டுப் போக உங்களுக்கு மனமே வராது.

சொக்கியின் வீடு, பிள்ளையார் கோவிலுக்கு வட மேற்கே தன்னந்தனியே சிதறுண்டு கிடக்கும் ஐந்து வீடுகளிலிருந்தும் இன்னும் சற்று விலகி நிற்கும் பெரிய வீடு. பிள்ளையார் கோவிலின் இருபுறமும் உறங்கும் ஏழெட்டு வீடுகளைத்தான் நாரண அய்யங்கார் அக்கிரகாரம் என்கிறார்கள். ஆனால் சோழவந்தான் சொர்ணம் சாஸ்திரிகளின் கனிஷ்ட புத்திரி அரவிந்தா என்னவோ, அக்கிரகாரத்தில் இல்லாது, சொக்கியின் பெரிய வீட்டில்தான் இருக்கிறாள். அதேபோல்தான் அறந் தாங்கி மங்களாவும் கேரள நாட்டு பிரமிளாவும். அவர்கள் எல்லாருமே சொக்கியின் வீட்டில்தான் இருக்கிறார்கள். ஆளுக்கொரு பெயர் அவ்வப்போதைக்குச் சொல்லிக்கொண்டு காலத்தை ஓட்டுகிறார்கள். ஒவ்வொருவரைப் பற்றியும் ஒரு கதை இருக்கிறது. ஆனால் சொக்கியின் வீட்டில் வந்து தங்கும் பலதரப்பட்ட மனிதர்களுக்கு அதைப் பற்றி எல்லாம் என்ன கவலை? எல்லாருக்குமே சொக்கிமேல் ஒரு கண்தான். ஆனால் அவள் இடம் கொடுத்தால்தானே? அவளும் ஒரு குட்டி முதலாளி. நாலு காசு சேர்த்துவிட்டாள். என்றாலும் ஒன்றும் இல்லாததுபோல் நடித்துக்கொள்கிறாள். ஜாலக்காரி!

யார் எப்படிப் போனாலும், எது எப்படி இருந்தாலும் எங்கள் ஊருக்கு நீங்கள் நிச்சயம் வரவேண்டும். எங்கள் ஊரிலே நேரான 'மகடமைஸ்டு' ரோடுகள் கிடையாது. கார்கள் வரும்; ஆனால் பறக்காது. நின்று தட்டுத்தடுமாறி ஜாக்கிரதை யாகவே செல்லும். போலீசுக்காரர்கள் இருக்கிறார்கள்; ஆனால் யார் வம்புக்கும் வரமாட்டார்கள். அவர்கள் பாட்டைப் பார்த்துக்கொள்வார்கள். எங்கள் ஊருக்கு வந்த எஸ்.ஐ.க்கள் எல்லோருமே பத்துப் பதினெஞ்சோடுதான் மாற்றலாகி இருக்கிறார்கள். இந்த ஊருக்கு வந்த யாருமே நஷ்டப்பட்டுப் போனதில்லை. இருக்கிறார்கள், மூங்கிற்காட்டுக்குப் போனவர்கள். கொழும்பில் என்ன கொட்டிக் கிடக்கிறது,

ஜி. நாகராஜன்

இருநூறையும் முன்னூறையும் கொடுத்து அங்கே போகப் பார்க்க? அங்கேயுந்தான் மக்கள் கஷ்டப்படுகிறார்கள், சுகப்படுகிறார்கள், சாகிறார்கள்.

சொக்கியின் வீடு பிள்ளையார் கோவிலுக்கு வட மேற்கே தன்னந்தனியே நின்றுகொண்டிருக்கிறது என்றேனா? அது மிகப் பழங்காலத்து வீடு. வீட்டுக்குள் காலெடுத்து வைத்து விட்டாலே அறுபது எழுபது ஆண்டுகளுக்கு முன்னால் காலம் ஓடாது நின்றுவிட்ட ஒரு இடத்தில், நுழைந்துவிட்டது போலிருக்கும். சின்னக்குடி ஜமீன்தார் ஒருவர் தனது மனைவிகளில் ஒருத்தியை அடைத்து வைத்திருந்த பங்களா என்பார்கள். ரதியாம். ஆனால் புத்தி பேதலித்துப்போயிற்று. இப்போது கட்டிடம் ஒரு செட்டியாருக்குச் சொந்தம். சொக்கி என்ன வாடகை தருகிறாள், அவளுக்கும் செட்டி யாருக்கும் என்ன சம்பந்தம், எல்லாமே ஒரு புதிர்தான். பழமை குடியிருக்கும் அந்தக் கட்டிடத்தைப் பார்த்தாலே ஏதோ ஒரு ஆதரவு உணர்வு வருகிறது. ஏனோ? கட்டிடத்துக்கு அப்பால் ஒரே பொட்டல் காடு. அந்தப் பொட்டல் காட்டில் அரை மைல் தூரத்துக்கப்பால் உள்ள மாந்தோப்போடு தூரத்து உறவு கொண்டாடும் ஒரு ஒற்றை மாமரம் சொக்கியின் வீட்டருகே நிற்கிறது. சொக்கி வீட்டுக் கிளிகள் அந்த மாமரத் தடியில் ஓய்வு நேரங்களில் ஏதாவது விளையாடிக்கொண் டிருக்கும். இன்று மரநிழலில் பேசிக்கொண்டிருப்பது அரவிந்தாவும் அவளது தாயாரும். சற்று நேரத்துக்கு முன்னால் புழுதியைக் கிளப்பிவிட்டுச் சென்றதே இரண்டு மணி பஸ், அதில்தான் வந்திருப்பாள் லெட்சுமி அம்மாள்.

“ஏண்டி பொண்ணே, அன்னைக்கு தேனொழுகப் பேசினானே! ‘மாமி, உங்க குழந்தையைப் பத்திக் கவலைப் படாதேங்கோ. அப்படி ஆக்கிடுவேன், இப்படி ஆக்கிடுவே’னானே? இன்னைக்கு ஏண்டி இப்படி எரிஞ்சு விழறான்?”

“காரியமாற மட்டும் எல்லாருந்தாம்மா தேனொழுகப் பேசுவா; அதுக்கப்புறம் ‘நீ யாரோ, நா யாரோ’ன்ட்டுதான் இருப்பா. ‘இவ எதுக்கு வந்துருக்கா? இன்னும் ரூபாயைக் கொடு; இல்லாட்டா நா எம்பொண்ணைக் கூட்டிண்டு போயிடுவேன்’ட்டு நீ சொல்லிடுவேயோன்ட்டு அவனுக்கு பயமோ என்னவோ!”

“நான் ஒன்னே எங்கே கூட்டிண்டு போய் என்ன செய்வேன்? இங்கேயாவது நாலு பருக்கை தின்னுண்டிருக்கே!”

“வைத்தியர் என்ன சொல்றாரம்மா?”

“என்னெத்தெச் சொல்றான்? இன்னும் ஒரு வருஷத்திலே எழுந்து நடமாட முடியூங்கறான். பொய்யெச் சொல்றானோ, மெய்யெச் சொல்றானோ, யார் கண்டது? முன்னூறையும் வாங்கி முடிஞ்சுண்டு எந்தப் பீக்காட்டு பச்செலையெப் பிழிஞ்சு, பிழிஞ்சு தடவறானோ!”

“ராமு எப்படி இருக்காம்மா?”

“இருக்கான். எலும்புந் தோலுமா இருக்கான். கண்ணு ரெண்டும் நாளுக்கு நா பிதுங்கிண்டு வெளியே வரது.”

“பள்ளிக்கூடம் போறானா?”

“அதெ ஏங் கேக்கறே? மொகத்துலே அசட்டுக்களை சொட்டறது. ஒன்னைச் சொன்னா ஒன்னைச் செய்யறான். முந்தாம் நாள் பத்து காசெக் கொடுத்து முட்டைப் பொரி வாங்கிண்டு வரச்சொன்னா பத்து காசுக்கும் பச்சமொளகாயெ வாங்கிண்டு வந்தான்.”

“கௌசல்யா, அக்கா எங்கேங்கறாளா?”

“அதுக்கு என்ன தெரியறது? எங்கக்கா சினிமாலே வருவாளேன்ட்டு தெருவெல்லாம் தம்பட்டம் அடிச்சிண்டிருக்கு. பக்கத்தாம் ஒண்ணு பாக்கி இல்லே. எல்லாராத்துலேயும் கண்டது கடிதே வாங்கித் தின்னாச்சு. ஆறு மாசமா நீ அன்னைக்கு வாங்கித் தந்த கவுனைத்தான் போட்டிண் டிருக்கா. இந்தப் பிராமணன் பண்ணின பாவத்தெப் பாரு! வயிறாற பிராமணார்த்தம்கூடத் தின்னக் கொடுத்து வைக்கலையே!”

“அக்கா பதிலே போடலேயா?”

“அவ என்ன செய்வா? அவன் கண்டிச்சிருப்பான். போய்த்தான் பாத்துட்டு வரலாம்னா, நூறு மைலா, இரநூறு மைலா?”

“ஏதோ அவளாவது சந்தோஷமா இருக்கட்டும். தாய் தோப்பனார் தம்பி தங்கைகள் இல்லேண்டு சொல்லிண்டு இருக்கட்டும்.”

“மூத்தப் பொண்ணு கல்கத்தாலே சீரும் செரப்புமா இருக்கா. ரெண்டாவதவ தலையெழுத்து இப்படி இருக்குமா? ஒரு வயத்துலே பொறந்த கொழெந்தெகளுக்கு இப்படித் துரோகம் செய்வேனா! அடி மீனாட்சி, என்னடி சோதனையிது!” தலையில் அடித்துக்கொண்டு தாய் அழுகிறாள்.

அப்போது அங்கு சொக்கி வருகிறாள். இருவரும் அழுகையை நிறுத்துகின்றனர்.

“மாமி!”

“யாரடி, மாமி?”

“உங்களெ மாமீன்ட்டுக் கூப்பிடக் கூடாதா?”

“ஆமாம், மாமி, மாமீன்ட்டுக் கூப்பிட்டுத்தான் அந்தத் தடியன் கழுத்தறுத்து என் பொண்ணெ இங்கே கூட்டிண்டு வந்தான். நீ இப்ப எதெ அறுக்கப் போறே?”

“உங்க மகளுக்கு ஏதாவது நல்ல ஏற்பாடா செய்யணும்னு தான் நான் இருக்கேன். உங்க மக என்ன, எங்கிட்டே இருக்கிற எல்லாப் புள்ளைங்களுக்கும் ஏதாவது நல்ல ஏற்பாட்டைச் செய்யணும்னுதான் எனக்கு நெனெப்பு.”

“இன்னியும் என்ன நல்ல ஏற்பாடு வேண்டிக்கிடக்கடி? இதுவே நல்ல ஏற்பாடு இல்லையா?”

“எல்லாமே நல்ல ஏற்பாடுதாம்மா! என் வீட்டுக்காரரே கஸ்டம் போலீஸ் சுட்டுக்கொன்னு சுறா மீன் தின்னக் கடல்லே போட்டதும் நல்ல ஏற்பாடுதான்!”

“வோன் வீட்டுக்காரனை சுறா மீன் தின்னதுன்னா, எம் பொண்ணே வந்தவன் போனவன் எல்லாந் தின்னணுமா?”

“இந்தாங்கம்மா, ஏன் இப்படியெல்லாம் பேசறீங்க? இப்படி ஒரு தொளில் நடத்துவேன்ட்டு நாங் கனவிலும் நெனச்சிருப்பேனா? நாங்கெல்லாம் கண்ணியமா வாள்ந்தவங்க. ஒளெச்சித் தின்னுவோமே இல்லே பொறுக்கித் தின்ன மாட்டோம். ஆனா மொட்டையாண்டிக்கு என்னெக்கோ கண் அவிஞ்சு போச்சு. நா என்ன செய்யறது! ஒங்க வீட்டுக் கதெயெல்லாம் அரவிந்தா சொல்லிச்சு. சாத்தரம் பண்ற வீட்லே சின்னையன் விளையாடிட்டான். என்ன பாவமோ! ஒங்க வீட்ல எந்த முண்டை புருசனே வெசம் வெச்சுக் கொன்னாளோ! ஆனா எதுவும் ஒரு காரியமாத்தான் நடக்குதுனு எனக்குத் தோணுது. அளாதீங்க. அளுது என்ன பிரயோசனம்! இந்தாங்க, இதெ வாங்கிக்கேங்க. உங்க அத்திம்பேரோ, யாரோ, வசதியா இருக்காராம்மே. அவர் கால்லே கைலே விளுந்து எதுவும் குடும்பத்துக்குச் செஞ்சுக்கேங்க.”

சொக்கி இடுப்பிலிருந்து பத்து ரூபாய் நோட்டுகளை எடுத்து லட்சுமி அம்மாளிடத்து நீட்டுகிறாள். லட்சுமி அம்மாள் எழுந்திருந்து அதைப் பெற்றுக்கொள்கிறாள்.

"அரவிந்தா, வா வூட்டுக்குப் போகலாம். மொகத்தெக் களுவிக்கிட்டு ரெடியாயிரு. சின்னையன் வந்துட்டுப் போனான்."

"ஒடம்பைப் பத்திரமாப் பாத்துக்கோம்மா. வேளா வேளைக்குச் சாப்பிடு. காபியும் டீயும் குடிச்சு ஒடம்பைக் கெடுத்துக்காதே."

"நீங்க ஒன்னும் கவலைப்படாதேங்கோ, அம்மா. நான் எப்படியும் மீண்டுடுவேன். ஏதோ அர்த்தமில்லாத வாழ்க்கை! வரோம் போறோம்! இருந்தாலும் அப்பாவுக்கு ஆறு மாசத்திலே குணமாய்டும்னுதான் எனக்குத் தோணறது. அவர் எழுந்து நடமாட ஆரம்பிச்சுட்டா உங்களுக்கு என்ன கவலை? நாலு காசு சம்பாதிப்பார். ராமுவை மட்டும் ஏதாவது டாக்டரிடம் காட்டுங்கோ, அம்மா. அவன் விஷயத்துலே எப்போதுமே நீங்க ஒரு மாதிரிதான் இருந்திருக்கேள்."

மன்னிக்கவும். இப்படி எல்லாம் நடக்கும் என்று தெரிந் திருந்தால் நான் உங்களைச் சொக்கி வீட்டருகே அழைத்து வந்திருக்கவே மாட்டேன். இதை வைத்துக்கொண்டு எங்கள் ஊரைப்பற்றி நீங்கள் தவறாக நினைத்துவிடக் கூடாது. இந்த மாதிரி அசிங்கங்கள் எந்த ஊரிலும் நடக்கலாம். ஆனால் பழுப்பும் பச்சையுமாய்விட்ட தங்களது கைகளைக் காற்று போனபடி அலைக்கும் அந்தத் தென்னை மரங்களையும், முடிவிலாது விரிந்து கிடக்கும் அந்தக் கடலையும் பார்த்து விட்டால், எங்கள் ஊரை விட்டுப்போக உங்களுக்கு மனமே வராது. உண்மையிலேயே சொல்லுங்கள்; கடலையும் வானையும்விடப் பெரிய அற்புதங்கள் உண்டா?

***கண்ணதாசன்*, ஜூலை 1968**

யாரோ முட்டாள் சொன்ன கதை

மணிக்கு நா வறண்டது. கைகளும் கால்களும் படபடத்தன. கைகள் இரண்டையும் தரையில் பின்புறமாக ஊன்றி இடது காலை நீட்டி, வலது காலை மடித்து உட்கார்ந்தான். மடித்திருந்த வலது கால் விட்டு விட்டுத் துடித்தது. அதன் துடிப்பு நிற்க வேண்டும் என்று நினைத்துக்கொண்டான். நிற்கவில்லை. வலது கையை எடுத்து அதன் மீது வைத்து அழுத்தினான். துடிப்பு நின்றது. ஆனால் நெஞ்சு படபடவென்று அடிக்க ஆரம்பித்தது. கையை எடுத்துப் பார்த்தான்; கால் மீண்டும் துடித்தது. 'அய்யோ, இதென்ன கோளாறு, ஓடியொளியணுங்கற நேரத்திலே.' நெஞ்சத்திலே ஏற்பட்ட 'திக்குத்திக்கும்' நின்றபாடில்லை. பலப் பட்டது. பரமனின் முகத்தைப் பார்த்தான். கண்கள் மூடியிருந்தன. ஆத்திரத்தோடு, நடுங்கும் புறங்கை யைப் பரமனின் மூக்கின் அருகே கொண்டு போனான் மணி. 'சூடா இருக்கு போலிருக்கு.' அவசரத்தில் பரமனின் தாடையைப் பிடித்துத் தள்ளினான். தரையில் கிடக்கும் பம்பரத்தைத் தள்ளிவிட்டால் அது சுழலுவதுபோல் பரமனின் முகம் சுழன்றது. கூடவே பாட்டிலும் சுழன்று சாய்ந்தது. கண்கள் மட்டும் மூடிக் கிடந்தன. லூஸ் மணி பழையபடி உட்கார்ந்தான் – இரண்டு கைகளையும் பின்புறம் தரையில் ஊன்றி இடது காலை நீட்டி, வலது காலை மடித்து. மடித்த கால் துடித்தது. முன்போல் வேகமாகத் துடிக்க

டெர்லின் ஷர்ட்டும் எட்டு முழ வேட்டியும்...

வில்லை. நினைத்து நினைத்து சற்றே இடைவிட்டுச் சுண்டியது. அந்த லாரிலே அடிபட்டு சாகக் கெடந்த களுதையின் கால் அப்படித்தான் விட்டுவிட்டுச் சுண்டிச்சு! லாரிக்காரன் தான் ஏதோ ஆளையே அடித்துக் கொன்னுட்டாப் போல லாரிலேந்து இறங்கி ஓடினான்.

இப்ப என்ன செய்யறது? பரமன் செத்திட்டான். வடக்கு ரத வீதிலே கொடிகட்டிப் பறந்த பரமன் செத்திட்டான். ஆறேழு வருஷமா மணிக்கு அவனெத் தெரியும். அவன் செத்திட்டான். கள்ளச்சாராய சப்பாணியின் அண்ணன் பரமன். அவன் செத்திட்டான். படுகுள்ளம், முன்னுக்குத் தலை வளுக்கை. கிளிமூக்கு. யாரையும் நேருக்கு நேரா அஞ்சு நிமிசமோ, பத்து நிமிசமோ அசராம பாப்பான். வெள்ளைக் காரன் மாதிரி நெறம். ஆனா அந்தப் பரமன் செத்திட்டான். போலீஸ்காரங்க எல்லாம் அவங்கிட்ட "என்ன அண்ணே!" எம்பாங்க. அவனும் அவுங்ககிட்ட மருவாதையாத்தான் நடந்துப்பான். இன்னாலும் ஒரு மாதிரி திமிராத்தான் இருப்பான். வயக்காரச் சந்து, தோட்டக்காரச் சந்துப் பொண்ணு களுக்கு பரமன்னா திகில்தான். யாருகிட்டேயும் மத்தப்படிக்கு வம்புதும்புக்குப் போகமாட்டான். ஆனா அவன் கேட்டதே கொடுக்கணும். அது நாலு காசாவும் இருக்கும், நாப்பது ரூவாயாயும் இருக்கும். அவன் கேட்டதே கொடுக்கணும். அவன் கேட்டதே எடுத்துக்கிடுவான். எப்போதும் அப்படித்தான். அவன் கேட்டதே வாங்கிடுவான். இல்லாட்டி எவ அவனுக்கு இல்லேன்னாளோ, அவ வீட்லே யாரும் நுளைய முடியாது. அவளெ சோத்துக்கில்லாம ஆக்கி வளிக்கிக் கொண்டு வந்திடுவான். பரமன் இப்படித்தான். முதுகிலே வேட்டிக்கு மேப்புறம் ஒரையிலேயிருந்த கத்தியையும், குடிச்ச தண்ணியை யும் நம்பினவன் பரமன். அவனுக்கு வேறெதும் பெரிசில்லே. ரெண்டு மூணு கொலை செஞ்சிருப்பான். அஞ்சு தரம் போலீசு கைலெ பட்டுத் தப்பிச்சவன்.

"பாக்கியம், நான் சொல்லறதேக் கேளு. அவன் சாவாசத்தெ விட்டிரு."

"அவன்ட்டு சொல்லாதே."

"சரி, பரமன். அவரு பரம அயோக்கியன். அவரோட சங்காத்தம் வச்சிக்காதே."

"பரமனோடே நா சங்காத்தம் வச்சிக்கில்லேயே."

"அந்த வூட்டுக்குப் போற இல்லே? அவர் காட்ற வீட்டுக்கும் போறேல்லே?"

"ஆமா, ஆனா பரமன் அங்கே வரமாட்டாரு."

"அது அவர் நடத்துற வீடுதானே?"

"அது எனக்குத் தெரியாது."

"எனக்கு துரோகம் பண்ணலாமா?"

"எம் பிரியப்படி நா இருப்பேன்."

"அது தப்பு புள்ளே."

"நீ என்ன சம்பாரிக்கிறே?"

"தொண்ணூறு. வீட்லேந்து வாடகெ வருது. நம்ம மூணு பேருக்கும் போதாதா?"

"போதாது. என் ஒருத்திக்குப் போதாது. என்னெ புதுக்குடி சமீன்தார் மவன் கட்டிக்கிறேன்னான்."

"கட்டிக்கிலயே."

"அதுக்கு நா என்ன செய்யறது? அவன் எங்காலடிலே கெடந்தான்."

"இருந்தாலும் ஒன்னைக் கட்டிக்கிலயே."

"ஆமாம், நீதான் கட்டிக்கிட்டே, வெருவாக்கலங் கெட்டவன்."

"கட்டின புருசனெ இப்படிப் பேசலாமா?"

"அய்யோ, காளியாத்தா என்னெ இப்படிச் சோதிச்சுருச்சே! நா பணத்துலே புரளணும்."

"இந்தக் குடிப் பளக்கத்தெ நிறுத்திரு. எல்லாம் சரியாயிடும்."

"போடா கபோதிப் பயலே, பணந்தான்டா எல்லாம்."

"அதுக்காக?"

"அதுக்காக என்னவும் செய்வேன். எவங்கூடவும் போவேன். எனக்குப் பணந்தான் பெரிசு. பணந்தான் எல்லாம். புதுக்குடி சமீன்தார் மவன் எங்காலடிலே விளணும். அவன் என்னெக் கெடுத்தான். நா அவனைக் கெடுக்கணும்."

"லச்சுமணன் சமீன்தார் மவனில்லையாம்."

"இல்லே, அவன் சமீன்தார் மவன்தான்."

லூஸ் மணி அழகரைப் பற்றி நினைத்தான்.

"அப்பா, நா பள்ளிக்கூடம் போவணும்."

"போலாண்டா, கொஞ்சம் பொறு."

"உம், நா இப்பவே பள்ளிக்கூடம் போவணும்."

"உம், பள்ளிக்கூடம் எங்கேடா இருக்கு?"

"எங்கவோ இருக்கு. நா பள்ளிக்கூடம் போவணும்."

விளக்கு அணைந்தது. லூஸ் மணிக்குத் 'திக்'கென்றது. போலீசுக்காரங்க திட்டமா? அவங்களுக்குத் தெரிஞ்சிருச்சா? எப்படித் தெரிஞ்சுது? அவன் தப்பி ஓடக்கூடாதுனு எலக்டிரிசிடி டிபார்டுமெண்டுக்குச் சொல்லி வெளக்கெல்லாம் அணைச் சிட்டாங்களா? மணி பையைத் துளாவினான். தீப்பெட்டி அகப்பட்டது. தீப்பெட்டியை எடுத்து அதன் ஓரத்தில் ஓங்கி உரசினான். பிறகு குச்சியொன்றை எடுக்கப் பெட்டியைத் திறக்க முயன்றான். கைகள் நடுங்கின. குச்சியை எடுத்து ஓங்கி உரசினான். பளிச்சென்று வெளிச்சம் வந்தது. அந்த வெளிச்சத்தில் மருந்து இல்லாத நுனியை உரசிவிட்டது தெரிந்தது. மேலே புதிய பிரகாசத்தோடு எலக்டிரிக் விளக்கு எரிந்தது. இன்னும் அந்தப் பாட்டில் பரமனின் கழுத்தில் பதிந்தபடியே இருந்தது.

பரமனை பாட்டிலைக் கொண்டு அடித்தது கண்முன் வந்தது. பரமன் கண்களை மூடினான். அத்தோடு நின்னிருக்கக் கூடாதா? அய்யோ, ஏன்? ஏன்?... லூஸ் மணியின் தலை சுழன்றது. கண்களை மூடினான். ஆனால் கண்ணுக்குள் பேனா நிப்பை பெரிதாக்கினது போல, உடைந்த ஒரு பாட்டிலின் கரடுமுரடான நுனி மின்னிற்று. பாட்டிலின் கழுத்தை அவன் கைகள் வசமாகப் பற்றியிருந்தன. ஒரு வெறியால் உந்தப்பட்டு அதைக்கொண்டு பரமனின் கழுத்தை மண்ணைக் கொத்துவது போல இரு கைகளாலும் கொத்தினான். இரத்தம் அவன்மீது பீறிப் பாய்ந்தது. தீண்டப்படாததொன்று அவனைத் தீண்டி விட்டதுபோல், அவன் தொண்டைக் குழி அடைபட்டது.

பரமன் வெளிச்சத்தில் இரு கைகளையும் கால்களையும் அகல விரித்துப் படுத்துக்கொண்டிருந்தான். அவன் முகத் தருகே ஒரு மின்விசிறி. அது ஓடவில்லை. பரமன் உறங்கிக் கொண்டிருந்தான். அது ஒரு சிறிய வீடு. வாசலில் மூங்கில் சட்டமிட்ட திண்ணை. அதையடுத்து பரமன் உறங்கிக்கொண் டிருந்த அறை. அதற்கப்பால் கொல்லை. ஆனால் கொல்லைக் கதவு அடைத்திருந்தது. பரமன் உறங்கிக்கொண்டிருந்த அறை சிறிதானாலும் வெளிச்சமாக, பல வண்ணப் படங்களோடு துலங்கியது. 'பளிச்'சென்று விளங்கியது மெத்தை.

“டேய், அவளெ எங்கே கொண்டுபோய் விட்டே?” பரமன் பதில் சொல்லவில்லை. லூஸ் மணி காலால் அவனை எத்தி விட்டு மீண்டும், “டேய், அவளே எங்கே கொண்டுபோய் விட்டே?” எனக் கத்தினான்.

பரமன் கண்களைத் திறந்தான்.

“பாக்கியத்தெ எங்கே போய் விட்டே?”

“அவ இப்ப எங்கெல்லாமோ போறா?”

“...” லூஸ் மணி பரமனைத் திட்டினான்.

“சொல்லுவையா, மாட்டெயா?”

“சொல்லாட்டி?”

மணி தரையில் நின்ற ஒரு நீண்ட பாட்டிலை எடுத்தான்.

“எனக்கு மேலுக்குச் சொகமில்லெ. என்னைத் தொந்தரை செய்யாதெ. ஒளுங்கா வீட்டுக்குப் போ, வருவா” என்றான் பரமன்.

“எங்கே போயிருக்கா?” என்று அலறினான் மணி, பாட்டிலை ஓங்கியவாறே.

“பக்கத்துலெ வா, சொல்றேன்” என்றான் பரமன். லூஸ் மணி பக்கத்திலே சென்றான். அடுத்த வினாடி அவன் வயிற்றுக்குக் கீழே ஒரு அடி விழுந்தது. பரமன் காலால் அப்படி உதைத்தான். லூஸ் மணி பரமனின் இரும்புப் பிடியைப் பற்றிக் கேள்விப்பட்டவன்தான். ஆனால் அவன் கால் உதை இப்படி வதைக்கும் என்று அவன் நினைக்க வில்லை. வயிற்றுக்குள் ஏதோ, எப்படியோ, எங்கோ சொருகிக்கொண்டது. நா செத்துவிடுவேனா? மறுகணம் அவன் கையிலிருந்த பாட்டில் பரமனின் நெற்றியில் விழுந்தது. பரமனின் கண்கள் மூடின. பாட்டில் உடைந்தது. லூஸ் மணி அதோடு நின்றிருக்கலாம். “டேய், பரமா!” உடைந்த பாட்டிலைக் கொண்டு பரமனின் கழுத்தில் ஆழக் கொத்தினான்.

மணிக்கு அழகரின் நினைவு வந்தது. வேகவேகமாக எழுந்து நின்றான். அவனால் நிற்க முடிந்தது. கைகளை நீட்டினான். கைகள் விறைப்பாக நின்றன. கைகளை நீட்ட முடிந்தது. பாக்கியம் மட்டும் இங்கிருந்தா, அவளையும் குளோஸ் பண்ணிட்டு ... அய்யோ, அளகர்! அவன் பிச்சைக்காரப் பையனாத் தெருவுலெ நிக்கக் கூடாது.

பாக்கியம் அழகரின் முதுகின்மீது போடு போடு என்று போட்டுக்கொண்டிருந்தாள். அழகர் ‘ஓ’வென்று அழுதுகொண்டே

ஓட முயன்றான். அவனது கையை அவள் வலுவாகப் பற்றியிருந்தாள். "ஏங் கொளெந்தயெ இப்படிக் கொல்லறெ, அறிவு கெட்ட களுதே?"

மணி குழந்தையை மீட்கக் கையை நீட்டினான். "நீ சும்மா இரு; கோளி மிதிச்சுக் குஞ்சு சாவாது."

"அய்யோ, இது கோளி மாதிரி தெரியலெயெ! களுவு மாதிரில்ல இருக்கு!"

மணி பாக்கியத்தின் கையைப் பற்றினான். "சீ கையை எடு." அழகரிடமிருந்த ஒரு கையை எடுத்துவிட்டு, மணி பற்றியிருந்த மற்ற கையை உதறினாள் பாக்கியம். அழகர் 'ஓ'வென்றழுதுகொண்டு வீட்டைவிட்டு ஓடினான்.

"கையை விடு." பாக்கியம் திமிறினாள். அப்படியே அவள் கையை வளைத்து அவள் முதுகிலே நாலு போட வேண்டும் என்று நினைத்துப் பிடியை இறுக்கினான். வாய் நிறைய உமிழ்நீரைச் சேர்த்து மணியின் முகத்தில் காறி உமிழ்ந்தாள் பாக்கியம். சற்று மணி அசரவும், தன் புறங்கையைக் கொண்டு அவன் முகத்தில் ஓங்கியடித்தாள். மணி இரண்டு கைகளாலும் அவளது கழுத்தைப் பிடித்துத் தள்ளி சுவரில் வைத்து 'மங்கு மங்கு' என்று முட்டினான். அவள் தலைவிரிகோலமாக அவன் கைகளையும் முகத்தையும் பிறாண்டிக்கொண்டே, காலால் அவன் வயிற்றை உதைத்தவண்ணம் 'குய்யோ முறையோ' என்று கத்தினாள். அக்கம் பக்கத்திலிருந்து ஆண்களும் பெண்களும் வீட்டுக்குள் நுழைந்தனர். பாக்கியம் சட்டென்று உதறி, மணியின் கையிலிருந்து விடுபட்டு சுருண்டு தரையில் விழுந்து புரண்டு புரண்டு அழுதாள். "அடி என் ஆத்தா, அடி என் ஆத்தா, கிளியா வளத்துக் கொரங்குக்கு கொடுத்தியே! செல்லமா வளத்து நாதியத்தவனுக்குத் தாலி கட்டச் சொன்னியே' ராசாத்தி மாருதி இருந்த வீட்டுலேந்து சண்டாளன் வீட்டுக்கு அனுப்பி வச்சியே . . ."

பெண்கள் பரிவோடு அவளை எடுத்து உட்கார வைத்தனர்.

"என்னைய்யா, நீ ஒரு ஆம்பிளேயா? பொளுதென்னைக்கும் அவளெப் போட்டு அடிச்சுக் கொல்றயே?" என்றான் முத்து, பாக்கியத்தை நோக்கிக் கொண்டே. "ஏண்டா, லூஸ் மணிங்கறது உனக்குச் சரிதாண்டா, நாங்க கொஞ்சம் பிந்தியிருந்தா ஒரு குடும்பப் பெண்ணே கொன்னிருப்பேயேடா?" என்றான் முத்துவின் அப்பன் வேலுச்சாமி. லூஸ் மணிக்குத் தற்காப்பாக எதுவும் சொல்லிக்கொள்ள வேண்டும் என்று தோன்றவில்லை. அளகர் வந்து அவனெக் கட்டினதும் அவனெ நெஞ்சோடு

தூக்கிட்டு மேமூச்சு கீமூச்சு வாங்க அளுதான். அளகர் அப்பன் மொவத்திலிருந்த தண்ணியெ ரெண்டு கையாலும் தொடச்சான்.

அன்றிரவு மிகவும் நிதானமாக பாக்கியத்தோடு பேச முயன்றான் மணி. அவள் ஒரு ஓரமாகப் படுத்திருந்தாள். அவள் அருகே அவன் வாங்கி வந்திருந்த புரோட்டோப் பொட்டலம் கிடந்தது. அதற்கருகே ஒரு டம்ளரில் தண்ணீரும் வைத்திருந்தான். அவன் சுவர் ஓரமாக இரண்டு கைகளையும் கொண்டு இரண்டு கால்களையும் கட்டி உட்கார்ந்திருந்தான். அரிக்கன் விளக்கைச் சுற்றியிருந்த சிறு சிறு பூச்சிகளைப் பிடித்து நசுக்கியவண்ணமும், அவ்வப்போது ஒரு திறந்து வைக்கப்பட்ட மிக்சர் பொட்டலத்திலிருந்து மிக்சரைக் கொறித்த வண்ணமும் இருந்தான் அழகர்.

"பாக்கியம், நீ எவங்கூடேயும் போயி சந்தோசமா இரு. நாளெக்கே நாலு பேரெ வச்சுத் தீத்துக்கலாம்."

"உம்."

"அளகரும் நானும் எப்படியும் போய்க்கிறோம்."

"எந்த முண்டச்சியோடெ போவேயோ, போ. எம் மவன் எங்கிட்டெ தானிருக்கணும்."

"அய்யோ, அவனை அடிச்சே சாகடிச்சிருவியே."

"அடிச்சுச் சாகடிக்கிறேன், இல்லே வெசம் வச்சுக் கொல்றேன். உனக்கு என்ன? ஒளிஞ்சு போறவனுக்கு இதுலேல்லாம் என்ன அக்குசு?"

"அளகரு எம்மவன். அவனெ நான் வளத்திக்கிடுவேன்."

"ஆமா, நீதான் பத்தியமும் வெரதமும் இருந்து பெத்தெடுத்தே!"

சிறிது நேரம் அமைதி. மணி தொடர்ந்தான்.

"ஆயிரம் ரூவா தர்றேன். நீ எவனாவது நல்லவனாப் பாத்து அவங்கூட சந்தோசமா இரு."

"ஒங்கூட அஞ்சு வருசம் இருந்து சந்தோசப்பட்டதுக்கு ஆயிரம் ரூவாவோட விலகிக்கணும், ஆசையெப் பாரு!"

"பின்னே எவ்வளவு வேணும்?"

"என் ஆத்தாளே ஊர்லேந்து வரச் சொல்றேன், அவ சொல்லுவா."

இரண்டு நாட்களுக்குப் பிறகு காத்தாயி வந்தாள். "ஒன்னு அஞ்சாயிரம் தா; இல்லாட்டி அந்த கொசவன் சந்து வீட்டெ அவ பேருக்கு எளுதி வை" என்று வீட்டு வாசலில் நின்னுக் கிட்டே முடிவாச் சொல்லிட்டு "வரேண்டா ராசா"ன்னு அளகர் கன்னத்தெக் கிள்ளிட்டு வந்த வழியே போனாள்.

இப்படியே நின்னுட்டிருந்தா? மணி சட்டையைக் கழற்றினான். வேட்டியையும் அவிழ்த்து அதைச் சுற்றுமுற்றும் பார்த்தான். கீழ்க் கரையில் மட்டுந்தான் ரத்தக் கறை இருந்தது. அதை மேலே வைத்துக் கட்டிக்கொண்டுவிடலாம். சட்டையைச் சுருட்டி எடுத்துக்கொண்டு போய்விட வேண்டியதுதான். அவன் அடுத்த அறைக்குள் சென்றான். தட்டுத் தடுமாறி சுவிச்சைப் போட்டான். ஒரு பெரிய கற்சட்டி நிறையத் தண்ணீரும், அதனருகே ஒரு குவளையும் இருந்தது. ஒரு சிறு சோப்புத் துண்டும் கற்சட்டியின் விளம்பில் இருந்தது. முகம், கை கால்களைக் கழுவிக்கொண்டான். கழுத்தில் ஓரிரு பகுதி களிலும், தலைமுடியிலும் இரத்தம் உறைந்துவிட்டது. அதை அகற்ற முயலும்போதுதான் அவனுக்குப் 'பக்'கென்றது. அய்யோ, எத்தனை நேரம் ஆயிரிச்சு! யாரும் வந்திட்டா? யாரும் வந்திடுவாங்களா? கைகள் உதறின. முகம், கை கால்களைக் கழுவக் குனிந்து நின்றுகொண்டிருந்தான். முழங் கால்கள் முன்னும் பின்னும் உதறின. கழுவிவிட்டுக் கயிற்றில் தொங்கிய துணியை எடுக்க இரண்டு அடி எடுத்து வைத் திருப்பான். குதிங்கால் தரையில் கிடந்த சோப்பை மிதிக்க, வழுக்கிக் கற்சட்டியில் மல்லாந்து விழுந்தான். கற்சட்டியின் விளம்பில் முழங்கை பட்டு அவன் துடித்தான். முதுகிலும் அடி. எழுந்து முதுகைத் தடவிவிட்டு, துண்டைக் கொண்டு அடிபட்ட முழங்கையில் ஒற்றி எடுத்தான். ஒரு விரல் நீளத்துக்கு இருந்த பச்சை இரத்தச் சிவப்பு அவனைத் திகிலடைய வைத்தது. முழங்கை எரிந்தது. "அய்யோ, மொட்டையாண்டி!"

வெளியே அரவம் கேட்டது. மணி, பரமன் கிடந்த அறையைக் கடந்து வாசலுக்கு ஓடினான். இருட்டில் முண்டாசு கட்டிக்கொண்டு ஒரு உருவம் வீட்டு வாசலில் தெரிந்தது. வாடைக்காற்று வீசியது.

"பரமன் அண்ணே" என்றது உருவம்.

"பரமன் வெளியே போயிருக்காரு."

"நீ யாரு, தம்பி?"

"பரமன் சேத்தாளிதான். இப்ப வரேன்ட்டு போனாரு; இன்னும் வரலே. மஸ்தான் டீக்கடைக்குப் போயிருக்கோ, என்னவோ."

"லூஷ் மணி கொரளூ மாருதி இருக்கே?"

"ஊம்."

"இல்லே, பாக்கியம் புருசன் லூஷ் மணி கொரளூ மாருதி இரிந்திச்சு."

"ஊம்."

முண்டாசு உருவம் ஒருவாறு சாய்ந்து வீட்டுக்குள் உற்றுப் பார்த்த வண்ணம் நின்றது. பிறகு தள்ளாடிக்கொண்டு, முணுமுணுத்துக்கொண்டே நகர்ந்தது. 'பய குடிச்சிருக்கான். நல்லாக் குடிச்சிருக்கான். நாம் பொளெச்சேன். நீ நல்லா இருப்பே!'

மணி வீட்டை வெளிப்புறமாக இழுத்து மூடிவிட்டுத் தெருவுக்குள் வந்தான். நல்லவேளை, அடுத்தடுத்துப் பல தெரு விளக்குகள் எரியவில்லை. பயங்க காரியமாத்தான் பல்புகளெ ஒடெச்சுப் போட் டாங்க. தெருவுக்குள் நாலெட்டு வைத்த மணி திரும்பி வீட்டை நோக்கி ஓடி வந்தான். வீட்டுக்குள் நுழைந்து இரண்டு அறை விளக்குகளையும் அணைத்துவிட்டு, வெளிக்கதவை அடைத்துத் திரும்பியபோது 'கிர்' என்றது. இடது கை இடுக்கில் அவன் சுருட்டி வைத்திருந்த சட்டையை பரமன் பற்றியிழுத்தான். "பரமா!" மணி திரும்பினான். சட்டையின் ஒரு பகுதி மூடிய கதவின் இடுக்கில் மாட்டிக் கொண்டிருந்தது. நல்லவேளை! மணி கதவைத் திறந்து சட்டையை ீட்டுக்கொண்டு, மீண்டும் இறுக அடைத்துவிட்டு, தெருவில் ஒருபுறமும் பார்க்காது விர்ரென்று கால் வந்த பக்கம் நடந்தான்.

நல்ல இருட்டு. குளிர்ந்த காற்று. இலேசான தூறல். எல்லாமே அவனுக்கு இதமாக இருந்தன. இருந்தாலும் கால்கள் சொன்னபடி கேட்கவில்லை. தடுமாறினான். ஆங்காங்கே ஒரு கடை வெளிச்சம் தென்படும். அவன் உடலை நிமிர்த்தித் தலையைக் குனிந்து விரைந்தான். அவனுக்கு அத்தனை சந்துகளையும் தெரியும். தெரியா விட்டாலும் பரவாயில்லை; அங்கிங்கு அலைந்தாவது வீடு போய் சேர்ந்துவிடுவான். முண்டாசு ஆசாமி யாரு? யார்னு தெரிஞ்சிக்கணுமே! குரலு கேட்டமாதிரி இருந்திச்சு. தூறல், சாரல் ஆயிற்று. மணி நடையைத் துரிதப்படுத்தினான். சற்று நின்று வானத்தை நோக்கினான். 'சர்'ரென்று காற்று வீசியது. சற்றுமுற்றும் பார்த்தான். அங்கங்கே வெளிச்சம்; அங்கங்கே இருட்டு. இருண்ட பகுதிகளையே நாடி அவன் டவுனின் ஒரு ஓரத்துக்கு வந்துவிட்டான். நல்லது. எவ்வளவு

சுத்த முடியுமோ அவ்வளவு சுத்தலாம். அளகர் வீட்லே தூங்கிட்டிருந்தான். எவ்வளவுக்கெவ்வளவு சுத்தினாலும் நல்லது. நாலு வருசத்துக்கு முன்னே பெருமாள் ஆசாரியை சைக்கிள் கடெ ராவுத்தர் கொன்னபோது, ராவும் பவலுமா அஞ்சாறு மணிக்கு போலீஸ் நாய் அந்தத் தெருவெ, அடுத்த தெருவெ, பல தெருவுகளெ சுத்திச் சுத்தி ஓடிச்சு. சனங்க கிட்டே ஒரே பரபரப்பு. அப்படியும் இப்படியும் நின்னுகிட்டு வேடிக்கை பாத்தாங்க. சின்னப் பிள்ளைங்களுக்குக் கொண் டாட்டம். நாயோடேயும், நாயெப் பிடிச்சுக்கிட்டுப் போன போலீசுக்காரரோடவும் போட்டி போட்டுகிட்டு ஓடினாங்க. நாய் நாலு வீதிகளெச் சுத்திச்சு. தெப்பக் குளத்த சுத்திச்சு. ஊருணி பக்கமா இருந்த சந்துகள சுத்திட்டு, ஊருணி பக்கமா இருந்த புல்லுலே தென்ன மரத்துக்கிட்டே ஒரு செத்த ஓணானெக் கவ்விக்கிட்டு ‘விர்’னு டேசனுக்கு ஓடிச்சு.

“என்னெ ஒங்களுக்கு நெசமா புடிச்சுருக்கா?”

“ஆமாம், நெறெயெப் புடிச்சிருக்கு.”

“நாங் கெட்டுப்போனவ.”

“இல்லே, அவன் ஒன்னெக் கெடுத்தான்.”

“உங்களுக்குத் தெரியூங்களா?”

“நீதான் சொல்லியிருக்கேயே.”

“பின்னே, ஏன் என்னைப் புடிச்சிருக்கு?”

“ஒன்னெத் தொட்டா நல்லா இருக்கு. குளுந்த காத்து மாருதி இருக்கே.”

“என்னெ அவன் கெடுத்துப்போட்டானே!”

“இப்படில்லாம் பேசிட்டே இருக்கக்கூடாது. அவங் கைலெ நாலுகாசு இருக்கு. அவன் ‘டே’னா ‘என்னங்க’ங்க நாலு ஆளு இருக்கு. நீ ஏமாந்திட்டெ.”

“அவன் சமீன்தார் சொந்த மகனில்லையாமே?”

“இல்லெ. வீட்டு வேலைக்கு வந்தவளெ சமீன்தார் கெடுத்துப் புட்டான். அவளுக்குப் பொறந்தவன். அவ குதியாட்டம் போட்டு வீடு நெலம்னு வாங்கிட்டா.”

“என்னெக் கெடுத்துப்போட்டானே!”

“நீ சும்மா இரு. பொளுதெனக்கும் கெடுத்துப்போட்டானே, கெடுத்துப்போட்டானேனு ஓளறாதே.”

மணி அவளை அணைத்து அவள் வாயில் முத்தினான். வாடை வீசுது என்று நினைத்துக்கொண்டான்.

"என்னங்க பயப்பட்டீங்க?"

அவன் அவளை அணைத்து அவளது கழுத்திலும், கண்ணிலும், நெற்றியிலும், தோள்பட்டைகளிலும், கையிடுக்கிலும் முத்தமிட்டான்.

அவ பொண்ணா? இருக்குமா அப்படி எங்காவது? தொட்டாலெ ஒடம்புச் சுரம் தணிஞ்சிருமே! அவளெக் கண்டுக்கிடவே வேண்டாம்; இருட்டிலே கட்டினாலே அத்தனை சொகமா இருக்கும்! வெளிச்சம் இருந்திச்சோ, அவ காலடிலெதான் விளணும். கோவில் செலெ கணக்கா! பாக்கியம்!

பாக்கியம்! பேரெக் கேட்டாலே மயக்கமா வருதே! ஒடம்புலதான் என்ன நெடி!

மழை வலுத்தது. குளிரிற்று. மணிக்கு சந்தோஷமாக இருந்தது. மழை, குளிரு, காத்துனா எப்போதும் லூஸுக்குக் கொண்டாட்டம்தான். மழை வலுத்துப் பெய்தால் அவன் எல்லா வழிகளிலும் சுத்தமாக்கப்படுவான் என்று அவனுக்கு ஒரு நம்பிக்கை. ஒரு இடி இடிப்பதாகவும், அதன் விளைவாகப் பரமன் வீட்டுக்கூரை பிளப்பதாகவும், முதலில் பரமனும், அவன் வீடும் வெள்ளத்தில் மிதப்பதாகவும், பிறகு பரமன் மட்டும் இறந்த நிலையில் கிடக்க, அவன்மீது மழை பொழிந்து கொண்டிருப்பதாகவும் நினைத்துக்கொண்டான்.

தொப்பலாக நனைந்திருந்தான். மிகவும் சந்தோஷமாக இருந்தது. தெருவோரம் மின்விளக்குகள் பிரகாசித்துக்கொண் டிருந்தன. குறுகிய பிரகாசம். தொலைவில் எல்லாம் இருட்டு. இதம் தரும் இருட்டு. தெருவிலே மேடுபள்ளங்கள் நிறைந்திருந்தன. அவன் அப்போது ஒரு ஏற்றமான பகுதியைக் கடந்துகொண் டிருந்தான். மழையின் இரைச்சல் காதுகளில் ரம்மியமாக ஒலித்தது. கையிடுக்கில் இருந்த சட்டை நினைவுக்கு வந்தது. தெருவோரம் சென்றான். ஓர் அகன்ற சாக்கடை வழியே தண்ணீர் சுழித்து ஓடிக்கொண்டிருந்தது. ஓரத்தில் நின்று வேடிக்கை பார்த்தான். சற்றே தூரத்தில் ஒரு மின்விளக்கு மழையைப் பொறுத்துக்கொண்டு நின்றதால் அவனால் நீரின் வேகத்தை, அதன் சுழிப்பை நின்று பார்க்க முடிந்தது. "எதெல்லாமோ அடிச்சிட்டுப் போறெயே, இந்தா" என்று சொல்லிக்கொண்டு, கையிடுக்கில் சுருண்டு இருந்த சட்டையை எடுத்துத் தண்ணீருக்குள் வீசினான். அதுவும் அடித்துச் செல்லப்

படும். அதைப் பார்க்க முடியும் என்று எதிர்பார்த்தான். ஆனால் மங்கிய ஒளியில் அது அவன் கண்களுக்குப் படவில்லை. 'டேக்கா' குடுத்திரிச்சு.

மடியைத் தடவினான். பீடியும் நெருப்புப் பெட்டியும் பத்திரமாக, ஆனால் நனைந்து இருந்தன. ரெண்டு ரூவா? சட்டைப் பையிலிருந்து அதெ அவன் எடுக்கலே. போவட்டும்; ரெண்டு ரூவாயோடெ போவட்டும். வீட்டுச்சாவியை வழக்கம் போல் வீட்டில் நுழைந்ததும் முன்கட்டிலிருந்த உத்திரத்தின் மேல் வைத்துவிட்டுத்தான் வந்திருந்தான். தெருவில் யாருமில்லை. குறுகிய பிரகாசத்தோடு மின் விளக்குகள் ஒளிர்ந்தன. குஷியாக நடை போட்டான் மணி.

வீடு வந்ததும் கதவைத் திறந்துகொண்டு உள்ளே போய் விளக்கைப் பெரிதாக்கினான். அழகர் உறங்கிக்கொண்டிருந்தான். துண்டை எடுத்து உடம்பைத் துடைத்துக்கொண்டு பாயை விரித்தான். அழகர் விழித்தான்.

"அப்பா!"

"என்னடா, கண்ணு?"

"பசிக்குது அப்பா."

"அடடே, சோறு போட மறந்திட்டேன். முறுக்கு கொடுக்கவும் தூங்கிட்டே!"

"அப்புறம் என்னப்பா?"

"எது அப்புறம் என்ன?"

"அந்தக் கதெ சொன்னீங்ளே?"

"அதுவா, ராசா அவளெக் கட்டிக்கிட்டு சந்தோசமா இருந்தான். சரி, சோறு தர்றேன் சாப்பிடு."

வீட்டில் பழையதும், துவையலும், முட்டையும் இருந்தது. மணி அதை அழகருக்குக் கொடுத்துவிட்டு, தானும் கொஞ்சம் உண்டான்.

"அம்மா வரலேப்பா?"

"அதுக்கென்ன, பொளுது விடியவும் வரும்." அழகர் படுத்துக்கொண்டு "குளிருது" என்றான். மணி அவனுக்கு ஒரு துணியைப் போர்த்தி, விளக்கைச் சிறிதாக்கிவிட்டுப் படுத்தான். விளக்கை முற்றிலும் அணைக்கவில்லை.

தூக்கம் வருமா? கண்களை மூடினால் இருட்டிலே ஒரு உருவம் வெள்ளை முண்டாசோடு அவனையே உற்று நோக்கிக்கொண்டு நின்றது.

யாரது? ஏதோ பார்த்த உருவம், தெரிந்த குரல் மாதிரி அவனுக்குப் பட்டது. யாரது? நினைவுக்கு வரவில்லை. என்ன சொன்னான்? 'லூஸ் மணி கொரல் மாதிரி இருக்கேனா?' சொன்னான், இல்லையா? வெறுமெனெ பேசாமத்தானே நின்னான்.

அவனுக்குக் கல்யாணமாகி ஒரு வருஷம் ஆகி இருந்த காலம். அவன் அப்போது வேறொரு வீட்டில் குடியிருந்தான். வழக்கம் போல இரவு எட்டுமணி சுமாருக்கு வீடு திரும்பினான். வீட்டுக்கருகே இருந்த மின்விளக்கடியில் பரமன் நின்றுகொண் டிருந்தான். மீனாட்சி வீட்டுக்குக் கூட்டிக்கிட்டுப் போன பரமன். அவ, 'கூட ஒரு ரூவா தா; வேறொன்னு செய்து காட்டறேன்னா.' இப்போது பரமனைக் கண்டதும் மணி திடுக்கிட்டான். அவனைப் பார்த்து பரமன், "வா தம்பி, உனக்காகத்தான் காத்திட்டிருக்கேன். பார்வதி உன்னெக் கண்டு பத்து ரூவா வாங்கிட்டு வரச் சொல்லிச்சு" என்றான்.

"எந்தப் பார்வதி?"

"என்ன தம்பி, ஒண்ணும் தெரியாது போல பேசறெ! அவளெக் கண்ணாலம் செய்துக்கிறேன்ட்டு கெடுத்தே. பாவம் பச்செக் கொளந்தெ. வெடியாதவ. இன்னிக்கு வயக்காரச் சந்துலே பொளெப்பு நடத்துது. நீ என்னடான்னா எவளோ புதுமாடல் நாட்டுக் கட்டையைக் கட்டிக்கிட்டு பார்வதீன்னா யாருங்கறே!"

"இல்லண்ணே, பத்து ரூவா பெரிசில்லே. பார்வதிக்கு என்னன்னுதான் கேட்டேன்."

"தம்பி, நா பத்து பேரில்லே இருபது பேரில்லே, வச்சுச் சோறு போடத் தயார். எத்தனை பேருக்கு வைத்தியம் பண்ணுவேந் தம்பி?"

"நிமிசம் பொறு அண்ணே, நா வந்திடறேன்."

பரமனை வீட்டுக்கு வெளியே நிறுத்திவிட்டு வீட்டுக்குள் சென்று ஒரு பத்து ரூபாய் நோட்டோடு வெளியே வந்தான் மணி.

"நல்லது தம்பி. மீனாச்சி ஒன்னெப்பத்திக் கேக்கறா" என்று சொல்லிக்கொண்டே தள்ளாடி நகர்ந்தான் பரமன்.

"ஆமா, இதென்ன?" என்றாள் பாக்கியம்.

"அவன் எனக்கு ஒருமாதிரி பிரண்டு. வருவான், போவான்."

“குடிப்பானோ? திடுதிடுன்னு வீட்டுக்குள்ளாற வந்திட்டான். வாடை பயங்கரமா அடிச்சிது. ஒன்னெப் பாக்கணும்னான். வார நேரந்தான்; வெளியே நில்லூன்னேன்.”

“பெரிய ரவுடி.”

“ஆத்தாடி! அவனெப் பாத்தாலே தெரியுதே! அவனெப் பாத்ததும் கொள்ளிக்கட்டையெ எடுத்து வீசுவோமான்னு நெனெச்சேன்!”

அன்னெக்கு அவ பிரமாதம். அவன் அவ காலடிலே கெடந்தான். அவ எட்டி ஒதெச்சா. அவனுக்கு சொகமா இருந்திச்சு! அளகர்தான் வீர்வீர்னு கத்தினான்.

பாக்கியம் அருமையாகச் சமைப்பாள். அருமையாக வீட்டு வேலைகளைப் பார்த்துக்கொள்வாள். ஆனால் திடீர் திடீ ரென்று மணியிடத்து முறை கெட்டுப் பேசுவாள். அவனைத் திட்டுவாள். அவனிடத்துத் தகராறு பண்ணுவாள். ஏதாவது ஒன்றுமில்லாத விஷயத்துக்குத் தகராறு பண்ணுவாள். அவளுக்கு அழகரிடத்துத் துளிகூடப் பிரியம் இல்லை. முதல் குழந்தை பெண் குழந்தையாக இருக்க வேண்டும் என்று ஆசைப் பட்டாள். பிறந்த பிள்ளையோ வேடிக்கையான பையன். உட்கார்த்தி வைத்த இடத்திலேயே மணிக்கணக்காக இருப்பான். ஓடி விளையாட மாட்டான். ‘சோனி’ என்றும் சொல்வதற் கில்லை. எதுவும் சொன்னால்தான் செய்வான். அவன் முன்னால் தட்டை வைத்து சோற்றை வைத்தாலும் தின்ன ஆரம்பிக்கமாட்டான். ‘சாப்பிடு, தம்பி’ என்கணும். உடனே விமரிசையாகச் சாப்பிட்டு தட்டைக் காலி பண்ணிவிடுவான். மணி அவனுக்கு ஒரு காகிதக் கண்ணாடி வாங்கித் தந்திருந் தான். பச்சைக் கண்ணாடி. அதைப் போட்டுக்கொண்டு எங்கு நிறுத்தி வைத்தார்களோ, அல்லது உட்கார்த்தி வைத்தார்களோ அங்கேயே மணிக்கணக்கில் கிடப்பான். சமயங்களில் வினோத மாகப் பேசுவான்.

“தம்பி, தூக்கம் வரலே?”

“தூக்கம் எதுக்கு?”

“தம்பி, வெளியே போய் வெளயாடு.”

“நீங்க ரெண்டு பேரும் என்ன செய்யப்போறீங்க?”

“அளகர் சாப்பிடு.”

“இப்பல்ல. தூங்கிட்டுச் சாப்பிடுவேன்.”

மணிக்கு அழகர் என்றால் உயிர்.

ஒருநாள் இரவு கதவு படபடவென்று இடிபடவும் மணி எழுந்திருந்தான். அரிக்கன் லைட்டைப் பெரிதாக்கிவிட்டு கதவைத் திறந்தான். உத்தியோக உடையில் ஒரு போலீஸ்காரர் நெடிது நிற்க, அவரருகில் வெள்ளை வேட்டி வெள்ளை ஷர்ட்டோடு ஒரு இளைஞனும் நிற்க திகைத்துப் போனான்! அப்போது அது மணி குடியிருந்த பழைய வீடு. வீட்டருகே ஒரு மின்சார விளக்கு நின்றது.

"என்னங்கையா?" என்றான் மணி, விளக்கு வெளிச்சத்தில்.

"ஏட்டையானு சொல்லு" என்றார் போலீசுக்காரர்.

"என்னங்கையா, ஏட்டையாங்கையா?"

"ஓம் பொஞ்சாதி இருக்குதா?"

"ஆமாம், தூங்குறா."

"அவளெக் கூப்பிடு."

"வெசயத்தைச் சொல்லுங்க."

படீரென்று மணியின் கன்னத்தில் ஒரு அடி விழுந்தது.

"கூப்பிடறேன்" என்று சொல்லிக்கொண்டு மணி வீட்டினுள் நுழைந்தான். "பாக்கியம், எளுந்திரு, பாக்கியம் எளுந்திரு." பாக்கியம் எழவில்லை. புரண்டு புரண்டு படுத்தாள். போலீசுக் காரனும் இளைஞனும் உள்ளே வந்துவிட்டார்கள். மணி அவசர அவசரமாகப் போலீசுக்காரர் உட்கார ஒரு ஸ்டூலைத் தயார்படுத்தினான். அவர் இளைஞனை அதில் உட்காரச் செய்தார். அந்தப் போலீசுக்காரர் நின்றுகொண்டிருப்பதைப் பார்ப்பதே மணிக்குப் பயமா இருந்தது. எப்படித் தரையில் உட்காரச் சொல்வது? தலையிலிருந்து கால்வரை அதிகார உடையில் இருந்தார்.

"பாக்கியம் எளுந்திரு, பாக்கியம் எளுந்திரு."

"சரி சரி, அவ குடிச்சிருக்கா, எனக்குத் தெரியும். இங்கே பார், மணி" என்றார் ஏட்டையா. "இவர் இருக்காரே" என்று உட்கார்ந்திருந்த வாலிபனைக் காட்டினார். "இவர் பெரிய வீட்டுப் பிள்ளெ. இவரெ அந்தப் பரமன் கவர் பண்ணி ஸ்திரீபார்ட் வேலம்மா வீட்டுக்குக் கொண்டாந்திருக்கான். குடிக்கும், பொம்பளெக்கும், சாப்பாட்டுக்கும்ன்ட்டு நூறு ரூவா வாங்கிட்டு பிராந்தியும், சாப்பாடும் வாங்கியாந்து இவளேயும் காட்டிப் போட்டு, முத்துமாணிக்கம் பயலெ

விட்டுக் கலாட்டாப் பண்ணச் சொல்லிருக்கான். 'எம் பொண்டாட்டியெ நீ யாரடா இங்கே கொண்டாந்தது'ன்னு முத்துமாணிக்கம் ஆர்ப்பாட்டம் போட்டிருக்கான். இவர் ஓடிவந்து டேஷன்லே கம்ளைண்ட் பண்ணினாரு. இவர் யாரு தெரியுமா? எம். எல். ஏ. கந்தப்பன் மச்சினரு!"

"அய்யோ பாவம்! அந்தப் பொம்பளே யாரு?" என்றான் மணி.

"இவதான்!" என்று சொல்லிக்கொண்டு பாக்கியத்தைக் காட்டினான் இளைஞன்.

"ஏட்டையா, என்னங்க இது?" என்றான் மணி.

"தம்பி பொய் சொல்ல மாட்டாரு. உம் பெஞ்சாதியெப் பத்தி நானும் கேள்விப்பட்டேன். அந்தப் பரமன் இங்கே வந்து போரானாமே?"

"இல்லே, அவ குடிப்பா . . . மத்தப்படி . . ."

"அவ கெட்ட களுதையாமே."

"ஒரு விதமா ராங்கித்தனமா பேசுவா; குடிப்பா. ஆனா கெட்ட களுதை இல்லே."

"போடா லூசு, உன்னைச் சரியாத்தான் லூஸ் மணிங் கறாங்க."

"இப்ப என்ன செய்யணும் ஏட்டையா?"

"அவகிட்டே பணத்தெ வாங்கிக் கொடு."

"ஏட்டையா அண்ணே, நாளெ பரமனையும் ஒரு வார்த்தெ கலந்துக்கிட்டா . . ."

"அட, லூஸ்! இருக்கிறது அம்பதோ அறுபதோ கொடு, இப்போ. மத்ததெ நாளெப் பாத்துக்கலாம்" என்று சொல்லி விட்டு, "என்னங்க தம்பி, இந்த வயசிலே இப்படி எல்லாம் இருக்கலாமா?" என்றார் இளைஞனிடத்து. படுத்துறங்கும் பாக்கியத்தையே பார்த்துக்கொண்டிருந்த இளைஞன், "அவ நாப்பதே வச்சுக்கட்டும்; பாக்கியெ வாங்கித் தாங்க" என்றான். மணி தன் பெட்டியைத் திறந்து ஏட்டையாவிடம் அறுபதைக் கொடுத்தான்.

அதற்கப்புறம்தான் அவனுக்கும் பாக்கியத்துக்கும் இடையே தகராறு முற்றிற்று. மாதத்தில் இருபது நாள் ஒழுங்காக இருப்பாள். பத்துநாள் கலாட்டாப் பண்ணுவாள். குடிப்பாள். கண்டபடி திரிவாள். அஞ்சு, பத்து என்று அவள்

கையில் தாட்கள் புரளும். வளையல், சங்கிலி, நெக்லஸ் அது இதுவென்று கொண்டு வருவாள். சில சமயங்களில் தொடர்ந்து இரண்டு மூன்று நாட்களுக்கு வீட்டுக்கு வரமாட்டாள். 'பாண்டிச்சேரி போயிருந்தேன், காரைக்கால் போயிருந்தேன்' என்பாள். லூஸ் மணிக்கு ஒரு சந்தேகம் ஏற்பட்டது. அவன் அவளுக்கேற்ற கணவன் இல்லே? மாத்திரைகள் சாப்பிட்டான். டானிக்குகள் சாப்பிட்டான். பஸ் நிலையம் அருகே மரத் தடியில், "...கல்யாணமாகி பத்து நாளாகலே. சீங்கறா. சிடுசிடுனு விழறா. அக்கம் பக்கத்துலேந்து சின்னப் பசங்க வந்தா, முறுக்கு வடை தறா. முந்தானியெ எடுத்து எடுத்துப் போடறா..." என்று சொல்லிக்கொண்டு, ஒரு பெரிய உடல் அமைப்புப் படத்தையும் முன்னால் போட்டுக்கொண்டு, வீர்ய விருத்தி லேகியம் விற்ற மலையாளியைத் தனியே கண்டு பேசினான். ஐம்பது ரூபாய் கை மாறிற்று. ஆனால் பாக்கியமோ இரவு பனிரெண்டு மணிக்கும், இரண்டு மணிக்கும், சமயங்களில் காலை ஆறு மணிக்கும்தான் வீட்டுக்குத் திரும்பி வந்துகொண்டிருந்தாள். இருந்தாலும் மாலையிலே வீட்டை விட்டுச் செல்லும் முன்பு விதவிதமாகச் சமைத்து வைத்திருப்பாள். அநேகமாக என்றுமே அவனுக்கு இறைச்சியோ, முட்டையோ, மீனோ கிடைக்கும். அவனும் எங்கெங்கெல்லாமோ பிரியாணியும், புரோட்டாக் கறியும், மீன் வறுவலும் தின்றவன்தான். ஆனால் அவள் சமைத்து வைத்த உணவுமாதிரி அவன் தின்றதில்லை. அவள் தின்று விட்டு, விட்டு வைத்த பாக்கிதான். என்ன சுவை! இரவு நேரங்களில் அவன் அருகேயிருந்து அவள் கைபடச் சோறு போட வேண்டும் என்று அவன் எவ்வளவோ விரும்பினான். ஆனால் பாக்கியம் மனித ருசி கண்ட புலியாய்த் திரிந்தாள். அழகரும் அவன் திரும்பி வரும் நேரத்துக்கெல்லாம் தூங்கி விடுவான். மணி வந்ததும் துணைக்கு வந்திருந்த பக்கத்து வீட்டுப் பாட்டியும் வீட்டுக்குப் போய்விடுவாள். (அன்னக்கா பாட்டிக்குத்தான் பாக்கியம் என்றால் எத்தனை பெருமை! பாக்கியத்தைப் பற்றி ஒரு குறை சொல்லவிடமாட்டாள். 'அவ என்னடா? அவ ராணிமாதிரி. அவளெப்பத்தி எங்கிட்டே ஒன்னும் சொல்லாதே' என்று விடுவாள், குறை சொல்லப் போனால்.) தானாகச் சோற்றை எடுத்துப் போட்டுக்கொண்டு – சோறுமட்டும் சூடு ஆறாதிருந்தால்! – தின்றுவிட்டு, விளக்கைச் சிறிதாக்கிவிட்டு அழகர் அருகில் படுத்துக்கொண்டு அவனைக் கொஞ்சுவதும் அழுவதுமாக இருப்பான். தான் சிறு வயதிலே கிராமத்தை விட்டு வந்தது, பல ஊர்களில் சுற்றி அலைந்தது, பிச்சை எடுத்தது, சிறு சிறு வேலைகள் பார்த்தது, இறுதியாக அந்த ஊருக்கு வந்தது, ஒரு ஒர்க்ஷாப்பில் சேர்ந்தது, படிப்

படியாக வேலை கற்றுக்கொண்டது, நண்பர்களால் ஏமாற்றப் பட்டது, சின்ன மொதலாளிகிட்டே இன்னும் அடியும் உதையும் வாங்கிவருவது எல்லாம் அவன் நினைவைச் சுற்றிவரும். “எல்லாம் ஏதோ முட்டாப் பய சொன்ன கதெ மாதிரி இருக்கு” என்று வேதனைப்பட்டுக்கொள்வான். காலை நாலு, ஐந்து மணிக்குப் பாக்கியம் வருவாள். அவன் ஒருவன் இருப்பதைக் கவனியாது, காப்பி போட்டுக் குடித்து, தண்ணீர் எடுத்துவந்து வீட்டு வேலைகளைக் கவனிப்பாள். பம்பரமாகச் சுற்றுவாள். அவன் அதிகப்படியாகத் தூங்கிவிட்டாலும் அவனை எழுப்பி, பழஞ்சோறு போட்டு, ஒரு தூக்கிலே அவனுக்கு மத்தியானச் சாப்பாடும் வைத்து, அவனை ஒர்க்ஷாப்புக்கு அனுப்பிவைத்து விடுவாள். அவன் போனதும் அழகரையும் எங்காவது விரட்டிவிட்டு கதவை அடைத்துக் கொண்டு பகல் முழுவதும் தூங்குவாள். காலை எட்டு மணி முதல் பிற்பகல் இரண்டு மணி வரை தூங்குவதில்தான் அவளுக்கு எத்தனை ஆத்திரம்! ஓய்வு நாட்களில் ஓரிரு தடவைகள் அந்த நேரத்தில் அவளைத் தீண்ட முயன்றான் மணி. தாடையில் கிடைத்த அடிதான் மிச்சம். பாக்கியம் இரண்டு கைகளையும் ஒருசேரத் தலைக்குமேல் போட்டு, ஒரு பக்கம் சாய்ந்து படுத்துவிடுவாள்.

மணிக்குத் தூக்கம் வரவில்லை. அழகரை அணைத்துக் கொண்டு கண்களை மூடிப் படுத்திருந்தான். மூடிய கண்களைப் பொத்துக்கொண்டு கண்ணீர் வழிந்தவண்ணமே இருந்தது. கண்களைத் திறந்து துடைத்துக் கொள்வதும், வாயில் சேர்ந்த உமிழ்நீரைக் கூட்டி விழுங்குவதும், அழகரின் கன்னங்களை மாறி மாறி முத்தமிட்ட வண்ணமாகவும் இருந்தான். “ஆமா, அவளுக்கு நா லாயிக்கில்லே. அவ கோயில் காளெ மாதிரி இருக்கா. நாங் கொரங்கு மாதிரி இருக்கேன். முடி படியாம முன்னுக்குத் துருத்திக்கிட்டு ரெண்டு கண்ணும் எங்கெவோ போய்ச் சொருகிட்டு நா கொரங்கு மாதிரிதான் இருக்கேன். அளகர் நல்லா இருக்கான். எம்மாதிரி இல்லே; அவ மாதிரி இருக்கான். நானும் அளகரும் எங்காச்சும் போயிடலாம். கொஞ்சம் தொழில் தெரியுது. எப்படியும் பெளெச்சிக்கலாம். அந்த வீட்டை வேணா அவ எடுத்துக்குட்டுப் போவட்டும். கஸ்டப்பட்டு சம்பாரிச்சு, கடலையும் பொரிகடலெயும் சாப்ட்டு வவுத்தெக் கட்டி வாங்கிட்டது. போவட்டும், அவளே எடுத்துட்டுப் போவட்டும். ராணி மாதிரி இருக்கா, ஒரு வூடு வேணாமா? எனக்கு முனியாண்டி ஒதவுவான். இன்னும் அஞ்சு பத்து வருசத்துலே அளகருக்கு ஒரு வூடு வாங்கமாட்டேனா? டே, அளகர் பயலே, உங்கப்பன் உங்க

பாட்டெனெ விட்டிட்டு ஓடிப்போன மாதிரி நீ ஒண்ணும் என்னெ விட்டு ஓடிப் போவாதேடா. நான் ஒன்னைக் காப்பத்தறேன். ஒளெச்சுக் காப்பத்தறேன். தனிச்சுப் போயிடாதே. நா ஒனக்குக் கண்ணாலம் பண்ணி வைக்கறேன். கெட்ட ஒலகம்டா, கெட்ட ஒலகம்; பாத்துப் பொளச்சிக்கணும்."

சிறு வயதில் கீழ்வலசில் மேய்ச்சலுக்கு மாடுகளைப் பத்திக்கிட்டுப் போனது, கண்மாயில் குளிச்சுக் கும்மாளம் போட்டது, கரையோரமிருந்த புளியமரங்களை சேத்தாளி களோடு சூறையாடினது எல்லாம் நினைவுக்கு வந்தன. வீட்ல ஏளெட்டுப் புள்ளெக. ஒரு நா வெளெயாட்டா கிராமத்தெ விட்டுப் போனவன்தான், அதுக்கப்புறம் அந்தப் பக்கம் திரும்பலே. 'அந்தச் சுப்பிரமணியம் பய வந்தானா வந்தானா'ன்ட்டு, அப்பன் ரெண்டு நா கேட்டிருப்பான். பெறவு வயக்காடு, கள்ளுக் கடை, பஞ்சாயத்துன்னு போயிருப்பான்.

"டேய் லூசு, ஒனக்கு பொண்ணு பாத்திருக்கேண்டா."

"நெசமா?"

"பின்னே? இதுலே விளையாட்டா? கீழ்குடிக்காரி, பாக்கியம்னு பேரு. சும்மா ஜிவ்னு இருக்கும். இந்த வயக்கார, தோட்டக்கார பொண்ணுக எல்லாம் பிச்சை எடுக்கணும். ஸ்டார் மாதிரி இருக்கும்."

"தமாசுக்கா?"

"போடா! லூசு! யாரும் தமாசுக்குப் பொண்ணு பாப்பாங்களாடா? அவளுக்கு கிராமத்துலே ரொம்ப டிமாண்டு. அவ அப்பன்தான், இந்த மானம் பாத்த பூமிலே, மானங் கெட்டு பூமியெச் சொரண்டிட்டிருக்கிற எவனுக்கும் எம் மவளெத் தரமாட்டேங்கறான். 'என் மருமவன் ஒண்ணு மில்லு வேலே பாக்கணும்; இல்லே பட்டாளத்துலே இருக்கணும்'ங்கறான்."

"நீ கட்டிக்கிறதுதானே."

"எனக்கென்னடா கல்யாணம். நான் அளிஞ்சு போனவன். சாவு இன்னிக்கோ நாளெக்கோன்ட்டிருக்கு. பட்டாளத்துலே இருந்தவன் எவன் உருப்பட்டான். குடிச்சு ஒடெம்பெக் கெடுத்துக் கிட்டு வர்றான். அங்கே, இங்கேன்ட்டு ஒளெக்கிறான்; சாவறான்."

"பொண்ணெப் பத்திச் சொன்னியே?"

"லூஸ் மணிக்குக் காரியந்தான் பெரிசு! டாக்டரு என்ன சொல்றான் தெரியுமா? பீடி குடிக்கக் கூடாதாம்! என்ன

சொகம்டா கண்டோம்? பீடி குடிச்சா ஏதோ நிம்மிதியா இருக்கு, குடிக்கறோம். கோல்டுபிளேக், அது, இதூனு கேக்கலே, ஏதோ இந்த சொக்கலாலே ரெண்டு சுண்டு சுண்டாணூங் கறோம். அதுகூடத் தப்பா?”

“பீடி, சிகரெட்டு ஒடெம்பெக் கெடுக்குதே?”

“போடா பைத்தியக்காரா. இன்னிக்குக் கெடுதிம்பான், நாளெக்கு நல்லதும்பான் இந்த டாக்டர் பசங்க. ஆமா கேக்கறேன், எதான் ஒடெம்பெக் கெடுக்கலே? அந்த எஞ்சின் பொகெ எல்லாம் ஒடம்புக்குள்ளாற போவுதே, அது மட்டும் என்னவாம்? இல்லே கேக்கிறேன். சாவு எதுலும் இருக்குடா. அதான் படெச்செப்போவே எளுதிப் போட்டானே அவன், நீ செத்துப்போன்ட்டு. டே லூசு, நீ பட்டாளத்துலே இருந்த தில்லே, பட்டாளத்திலே ரொம்பப் படிச்சிக்கலாம். சாவு என்னெக்கியுந்தான்.”

“அந்தப் பொண்ணெப் பத்திச் சொன்னேயே?”

“மணி, ஒன்னே எல்லாரும் லூஸ், லூஸ்ங்கறாங்க; நீ காரியக்காரன்தான்டா. அந்தப் பாக்கியம் சொன்னேனே, அவ ஒரு வகைலே எனக்குச் சொந்தம். நா ஒனக்கு அவளெ முடிச்சு வக்கறேன். அவளே நீ வச்சு நல்லாக் காப்பத்தணும். அவளெக் கண்டா எனக்கு அவ பெரிய ராசிக்காரீன்ட்டுத் தெரியுது. ஒரு நா நீ சொந்தமா ஒரு ஓர்க்குசாப்பு வச் சிருக்கிறதெ நா பாக்கணும். நா தொளில்காரந்தான்; ஆனா நாலு காசு எங்கிட்டே தங்கல்லே. உனக்குக் கொஞ்சம் தொளில் தெரியுது. சிக்கனமாவும் இருக்கே. சமயத்துலேதான் லூஸ் மாதிரி நடந்துக்கறே. ஆனா அவ வீட்டுக்கு வந்தா எல்லாஞ் சரியாயிடும்.”

அவள் அவன் வீட்டுக்கு வந்தாள். மூன்று நாளில் ஒரு நாள் முழுவதும் ரத்தம் கக்கிச் செத்துப்போனான் நடராஜன். தூக்கிப் போடச் சொந்தக்காரர் இல்லை. மணி தான் அடக்கம் செய்து வைத்தான்.

மணிக்கு எல்லாமே அவனிடத்திருந்து மறைத்து வைக்கப் பட்டிருந்த ஒரு திட்டத்தின்படி நடப்பது போன்றதொரு திகில் ஏற்பட்டது. யாரோ தட்டியெழுப்பியது போன்றுணர்ந்து எழுந்து உட்கார்ந்தான். ‘நடராஜன் ஒரு பத்து நாள் முன்னாலெ செத்திருந்தா? அவன் நடராசனையே சந்திச்சிருக்காட்டி? காரனேசன் ஓர்க்சாப்பிலே அன்னைக்கு வேலே இல்லைன்னு சொல்லியிருந்தா? அவன் வேலெ கேக்கப்போன நேரம் பெரிய மொதலாளிக்குப் பதிலா சின்ன மொதலாளி இருந்திருந்தா?

அவன் அந்த ஊருக்கே வந்திராட்டி? அவன் கிராமத்தெ விட்டே ஓடிருக்காட்டி? அய்யோ, பாக்கியம்! நீ யாரு? அளகரு, அளகரு, நீ யாரு? பாவிப்பய பரமன்! ஏன் அப்படி ஓதச்சான்? நாம்பாட்டு ஏதோ கேட்டிட்டு வரவன் தானே! ஏன் அப்படி ஒதெச்சான்? நான் லூஸ்னு நெனெச்சுப் போட்டான்! நா என்னடானா பாட்லே எடுத்து, ஆளெயே குளோஸ் பண்ணிட்டேன்! நா நெனக்கிறேன், எவனோ ஒரு கிறுக்கன் என்னென்னவோ நெனச்சபடி செய்திட்டிருக்கான்! ஆனா எனக்குத்தான் எல்லாரும் 'லூஸ்' பட்டம் கட்டிட்டாங்க.'

நேரம் ஓடிக்கொண்டிருந்தது. லூஸ் மணி அளகரை இறுகப் பற்றிக் கொண்டான். இன்னும் வேகமாக நேரம் ஓடியது! இன்னும் இறுக்கமாக அழகரைப் பற்றிக்கொண்டான்! நேரம் நிற்பதில்லை; நேரம் ஓடியது. லூஸ் மணி இன்னும் இறுகப் பற்றி அழகரை முத்தினான். நேரம் வந்தது. மணி கைகளையும் கால்களையும் அகல விரித்துப் படுத்தான். அழகர் சிணுங்கிக்கொண்டே ஒருபுறம் ஒதுங்கிச் சுருண்டு படுத்துக்கொண்டான்.

எவ்வளவு நேரம் உறங்கியிருப்பான்? திடுக்கிட்டு விழித்தான். எழுந்து உட்கார்ந்தான். சிறிதாக்கப்பட்ட அரிக்கேன் விளக்கு ஒளியில் அவன் தனது இடுப்பை நோக்கினான். மேல் வைத்துக் கட்டிய ரத்தக்கறை படிந்த வேட்டியின் ஓரம் அவன் கண்ணுக்குப் பட்டது. கனவிலே அதைத்தான் பார்த்தான். நேரம் என்ன ஆவுது? மளெ பெய்யுதா? கூர்ந்து கேட்டான். நெஞ்சு திக்குதிக்குவென அடித்துக்கொண்டது. மழையின் இதமான தூறல் ஒலி. எழுந்திருந்து வேட்டியைக் கழற்றிவிட்டு, ஒர்க்ஷாப்புக்குச் செல்லும்போது அணிந்துகொள்ளும் காக்கி நிற அரை டிராயரை அணிந்துகொண்டான். வேட்டியை எடுத்துச் சுருட்டிக்கொண்டு கதவைத் திறந்தான்.

"அப்பா!"

"தூங்கு தம்பி, வந்திடறேன்."

"எங்கே போறீங்க?"

"இங்கே பக்கத்துலேதான்."

"நானும் வர்றேன்."

"இல்லே கண்ணு, மளெயா இருக்கு."

"எனக்கு பயமா இருக்கு, நானும் வர்றேன்."

அழகர் எழுந்து மணியருகே வந்துவிட்டான்.

“சரி, நா போவலே, படுத்திருப்பம்.”

இருவரும் படுத்தனர். கொஞ்ச நேரம் கழித்து மணி எழுந்திருந்தான். கையிடுக்கில் வேட்டியை வைத்துக்கொண்டு கதவைத் திறந்தான். கதவு ‘பே’வென்று இரைச்சலிட்டது. அழகர் எழுந்துவிட்டான்.

“எங்கைய்யா போறீங்க?”

“இங்கே பக்கத்துலே.”

“நானும் வரேன்யா?”

“சீக்கிரம் வந்திருவேன்; நீ தூங்கிட்டுரு.”

“அய்யோ, நா மாட்டேன்.”

அழகர் மணியைப் பற்றிக்கொண்டான். வெளியே மழை பலத்தது. மணிக்கு சந்தோஷமாக இருந்தது.

“சரி, நா வெளியே போவலே! வா படுத்துக்குவோம்.”

இருவரும் படுத்துக்கொண்டனர். சிறிது நேரம் கழித்து மணி எழுந்திருந்தான்.

“என்னப்பா?”

“நா எங்கேயும் போவலெடா.”

மணி வேட்டியை எடுத்தான். ரத்தக்கறை படிந்த பகுதியெல்லாம் சேர்த்து நீளப் போக்காகக் கிழித்தான். அதைச் சுருட்டி அங்கு காலியாகக் கிடந்த சட்டியொன்றுள் திணித்துச் சட்டியைத் தலைகீழாகத் தரையில் கவிழ்த்தான். வேட்டியின் மீதிப்பகுதியைப் பிரித்துப் பார்த்தான். ஆங் காங்கே பொட்டுப் பொட்டாக ரத்தக்கறைகள் தெரிந்தன. காக்கி டவுசரும் பனியனும் அணிந்துகொண்ட ஒரு போலீஸ்காரரோடு தலை தெறிக்க ஓடின நாய் அவன் கண்முன் வந்தது. அங்கங்கே கூட்டம் கூட்டமா நின்னுக்கிட்டு சனங்க வேடிக்கை பாத்தாங்க. நாயி பல தெருவெயும் சுத்திச் சுத்தி ஓடிச்சு. சனங்ககிட்டே ஒரே பரபரப்பு. அங்கங்கே கூட்டம் கூட்டமா நின்னுட்டு வேடிக்கை பாத்தாங்க. அவன் மட்டும் அந்தக் கூட்டத்துலே ஒட்டிக்கலே. ‘புத்தி கெட்ட மிருகம். யார் எதுனா அதுக்கென்ன தெரியும்? அவன்மேல் பாஞ்சிட்டா? நாயி சொல்றதத்தானே போலீசுக்காரங்க கேப்பாங்க?’ நேரம் என்ன இருக்கும்? லூஸ் மணி கிழித்த வேட்டியை மடித்து தனது உறையில்லாத அழுக்குத் தலையணையின் கீழ் வைத்துப் பாயில் படுத்தான். குட்டிப் பாயை விட்டு அகன்று கிடந்த அழகரையும், அவன்

பாயையும் சேர்த்திழுத்து தன் அருகே அழகரைச் சேர்த்துக் கொண்டான்.

வெளியே 'ஓ'வென்று மழை அலற ஆரம்பித்தது. 'திமுதிமு' வென்று வீட்டு ஓட்டின்மீது பலர் ஓடிக்கொண்டிருப்பது போன்றதொரு உணர்வு. 'கனம் கனமா மழைத்துளிகள்' என்றுணர்வதிலே மணிக்கு ஒரு மகிழ்ச்சி. குளிராக இருந்தது. அவசர அவசரமாகப் பெட்டியைத் திறந்து ஒரு வெளுத்து வந்த கிழிசல் சால்வையை எடுத்து அவனையும் அழகரையும் இணைத்துப் போர்த்திப் படுத்தான்.

நேரம் ஓடிற்று. ஐந்து மணியைக் கடந்தது. ஆறு மணியைக் கடந்தது. வீட்டில் வடகிழக்குப் பார்த்திருந்த ஒரே ஜன்னல் வழியே சூரியக்கிரணம் பொன்னைப் பொழிந்தது. சாளரம் வக்ரமாக ஏற்படுத்தித் தரையில் வீழ்த்திய இணை விஷமத்தைச் சாளரத்தின் குறுக்குத் தடிகள் மறித்துக் கிடந்தன. அவற்றின் நடுவே மணியின் சிரசு தெரிந்தது.

'தூக்குப் போட்டா விந்து களந்து வெளிக்கு வந்திருமாமே? கண்ணு பிதுங்கி வெறிச்சிட்டிருக்குமா?'

பதறி எழுந்தான் மணி. படபடவென்று கதவு இடிபட்டது.

"யாரது? யாரது?"

"தெறடா, களுதை."

'அப்ப பாக்கியம் இல்லையா? திறக்காட்டி வீட்டே ஒடெச்சிக்கிட்டு வந்திருவாங்க.' மணி கதவைத் திறந்தான். வீட்டின் முன்பு ஒரு கூட்டம். அவன் முதலாவதாகப் பார்த்தது அதிகார உடையில் உள்ள ஒரு போலீஸ் அதிகாரி. அடுத்துப் பார்த்தது ஏட்டையா பொன்னுச்சாமி. இருவர் அருகேயும் பாக்கியம் நின்றுகொண்டிருந்தாள். அவளுக்கருகே வெள்ளை வேட்டி, வெள்ளை ஜிப்பாவோடு ஓர் உருவம். யாரது? அட சப்பாணியா? பரமந் தம்பியா? சப்பாணிக்கு ஒரு காலைவிட மற்ற கால் சற்று அதிக நீளம். அவன் நேராக நின்றாலே ஒருபுறம் சாய்ந்து நிற்பது போலத் தெரியும். மணியின் கண் முன்னால் கும்மிருட்டில ஒரு வெள்ளை உருவம் முண்டாசு கட்டிக்கொண்டு ஒருபுறம் சாய்ந்து நிற்பது தெரிந்தது.

"பாக்கியம்!" என்றான் லூஸ் மணி.

"கொலெகாரப் பயலே, நீ எப்படியும் ஒளி. எம்மவனே நான் காப்பாத்திக்கிடுவேன்" என்றாள் பாக்கியம்.

“அளகர்” என்று கத்திக்கொண்டு ஓடத் திரும்பினான் மணி. முதுகில் ஒரு தடி விழுந்தது. இரு போலீசுக்காரர்கள் மணியின் கைகளைப் பற்றிக்கொண்டனர்.

“எம்மவன், எம்மவன்!”

“கிறுக்கு . . . அளகர் ஒம்மவனில்லே! ஒம் முன்னே என் களுத்தெ நீட்டினேனே அன்னைக்கே என் வவுத்துலே ஒரு மாசம். அளகர் செமீந்தார் வீட்டுப் புள்ளை தெரியுமா? லெச்சுமணத் தேவருக்கு கருத்தரிச்சேனாக்கும்; இனி எந்தப் . . . மவனுக்கும் கருத்தரிக்கமாட்டேன்.”

களேபரத்தில் அழகர் எழுந்தான். போலீஸ்காரர்களைக் கண்டு பயந்து மணியிடத்து ஓடினான். கண்களை மூடிப் பல்லைக் கடித்து நின்றான் மணி.

“அய்யோ, அளகரு!” மணியா அப்படிக் கத்தியது?

“இங்கே பாருங்க சார், இங்கே!” என்று ஒரு கான்ஸ்டபில் தான் கண்டுபிடித்த சட்டியை இன்ஸ்பெக்டர் முன் கொண்டு வந்தான்.

ஒரு திமிறு திமிறினான் மணி. சட்டியைப் பார்த்துக்கொண் டிருந்த போலீசுக்காரர்கள் ஏமாந்தனர். இன்ஸ்பெக்டரையும் ஒரு தள்ளு தள்ளிவிட்டு ஓடினான் லூஸ் மணி. வீட்டின் முன்பிருந்த கூட்டம் சிதறியது. “கொலகாரன்! ஆயுதம் எதுவும் வச்சிருப்பான்!” மணி தெரு வழியே ஒரு காக்கி டிரௌசரை மட்டும் அணிந்து ஓடினான். ஒரே கூச்சல்! பிரமிப்பு! ஆங்காங்கு வீட்டுக்குள் இருந்த ஆண்களும் பெண் களும் வெளியே வந்து பார்த்தனர். ‘அதோ, அவன் ஓடறான்!’ தெருவில் வருகிறவர் போகிறவரும் நின்று பார்த்தனர். ‘அடப்பாவி! இப்படியா ஓடுவே!’ தடிகளைத் தூக்கிக்கொண்டு போலீஸ்காரர்கள் ஓடினர், இன்ஸ்பெக்டரும் ஓடினார். “அவனெப் பிடிங்கய்யா, பிடிங்க, விடாதீங்க!” “அவனெப் பிடிங்க. அதோ ஓடறான்!” ஒற்றை நாடி; வலுவான சரீரம்; தலை தெறிக்க ஓடினான் மணி. வீடுகள் பறந்தன; கடைகள் பறந்தன. அவன் மோதி ஒரு கிழவி தள்ளாடி விழுந்தாள். “பாவீ, பாவீ, ஓங் குடும்பமே நாசமாப் போவும்.” கிழவி விழுந்ததும் வேடிக்கை பார்ப்பவரில் பலரும் அவனைப் பிடிக்க ஓடினர். தலை தெறிக்க ஓடினர்; வெறிகொண்டு ஓடினர். சிறுவர்கள் பெரியவர்களோடு போட்டி போட்டுக் கொண்டு ஓடினர். பார்த்தவரெல்லாம் ஓடினர். கொலெகாரப் பய! கிளவி பொளெக்கிறது சந்தேகம்! கொலெகாரப் பய! மற்ற சிறுவர்களோடு போட்டி போட முடியாத ஒரு

சோதாச் சிறுவன் ஒரு கல்லை எடுத்து வீசினான். அது அவன் முன்னால் ஓடிக்கொண்டிருந்த ஒருவனின் மீது விழுந்தது. அதை அவன் பொருட்படுத்தவில்லை. கல் சொன்ன செய்தியைப் புரிந்துகொண்டான். ஒருபுறம் சரக்கென்று விலகிக் கல்லை எடுத்து வீசினான். எல்லாரும் ஓடும்போதே கற்களையும் எடுத்து வீச ஆரம்பித்தனர். அவன் வளைந்து வளைந்து ஓடினான். சந்துகள் திரும்பின. வீட்டு முனைகள் பீட் கான்ஸ்டபில்கள் போல் நின்றன. கற்கள் பறந்து, வீட்டுச் சுவர்களில் பட்டு அசந்து விழுந்தன. தொடர்ந்து அடுத்தடுத்து வெகுதூரத்துக்கு இடைவெளியே இல்லாது நின்ற வீடுகள். காலப் போக்கையே உணராதது போல் நின்றுவிட்ட வீடுகள். அவற்றைக் கடந்து ஓடினான். போலீஸ்காரர்கள் பிந்திவிட்டனர். ஆனால் மற்றவர்கள் விரட்டி வந்தனர்.

"பொஞ்சாதியெக் கொன்னுட்டான்."

"கௌவியக் கீழே தள்ளிட்டான். பௌளெக்கிறது கயிட்டமாம்."

"இல்லே, மவனே களுத்தெ நெறிச்சுக் கொன்னுப் போட்டான்."

"ஏன் ?"

"அவ எவங்கிட்டயோ படுத்தாளாம். அவன் மகன் இல்லேன்னாளாம். பிள்ளெயே களுத்தெ நெறிச்சுக் கொன்னுப் போட்டானாம்!"

"அவன் ஒரு லூசாம், கிறுக்காம்!"

அய்யோ! லூஸ் மணி திகைத்தான். அவன் முன்பு நாலு பேர் ஓடி வந்தனர். திடுதிடுவென்று திறந்து இருந்த ஒரு வீட்டுக்குள் ஓடினான். அது தோட்டக்காரச் சந்து. நீளமாக அடுக்கடுக்காக அறைகள். சிறுமிகள் உறங்கிக்கொண் டிருந்தனர். திடுதிடுவென்று ஓடினான். கண் நிறைய மையை அப்பிக்கொண்டிருந்த ஒரு சிறுமி, 'உய்' எனக் கத்தினாள். கொல்லைப்புறக் கதவைத் திறந்துகொண்டு வெளியே வந்தான். சாக்கடை நாற்றம். மல நாற்றம். கீழே சகதி. புல். ஓடினான். கால்கள் சகதியில் அமிழ்ந்து அமிழ்ந்து எழுந்தன. அருகே சாக்கடை வாய்க்கால். தண்ணீர் ஓடாது நின்றுவிட்ட சாக்கடை வாய்க்கால். ஓடினான். ஒருபுறம் தோட்டக்காரச் சந்தின் பின்புறத்துச் சுவர்கள். மறுபுறம் சாக்கடை வாய்க்கால். அதை அடுத்து நகரத்தார் வீடுகளின் பின்புறத்துச் சுவர். ஓடினான். சகதியிலும், புல்லிலும் ஆங்காங்கே மண்ணாசையை வெறுத்து நின்ற தென்னை மரங்களையும் கடந்து ஓடினான்.

அப்பாடா! இனி சகதி இல்லை. அய்யோ! காலில் ஒரு கண்ணாடி குத்தியது. பரமனைக் குத்தியது கண்ணாடி! சாக்கடையோரமே ஓடினால் எங்கு போய்ச் சேர முடியுமென்று நினைத்தான். பஸ்ஸுக்கு போற ரோடா? "அதோ ஓடுறான், அதோ ஓடுறான்." பின்புறம் திரும்பினான். மூன்று நான்கு பேர் அவன் கடந்து வந்த சகதியைக் கடக்க அஞ்சி கை நீட்டிக் கத்திக்கொண்டிருந்தனர். 'ரோடு வந்தா?' அவன் ஓடினான். 'ரோடு வந்தா? சோளத்தெ அறுத்திருப்பாங்களா? மாட்டாங்க. சோளக்காட்லே நொளஞ்சிட்டா? யாரும் கண்டுக்க முடியாது. சோளெக்காட்லே மெள்ள மெள்ளப் போவணும். அஞ்சாறடி வளந்துருக்கும். மெள்ள மெள்ளப் போவணும். பம்மிப் பம்மிப் போவணும். ராவுலேயே ஓடியிருக்கணும். ஆனா அளகர், அய்யோ, அளகர்!'

பஸ் ரோட்டை எட்டிவிட்டான். அவர்களும் குறுக்குப் பாதை மூலம் வந்துவிட்டனர். இப்போது எல்லாரும் அவனைப் பார்க்க முடிந்தது. ரோட்டைக் கடந்தான். என்ன இது? சோளக்காடு எங்கே? சோளமாவது, காடாவது? அங்கேது சோளக்காடு? நேற்றே நடப்பட்ட நெல் நாற்று பச்சை பச்சையாகக் கண்ணுக்கெட்டிய தூரம் விரவிக் கிடந்தது. தொலைவிலே ஆங்காங்கு அழகழகாகத் தென்னைமரக் கூட்டங்கள். ரோட்டோரம் இருந்த மைல் கல்லைப் பற்றியவாறு மூடிய கண்களோடு விழுந்தான் மணி . . .

அந்தத் தென்னைமரம் மிகவும் விசித்திரமாக வளைந்து நெடிது வளர்ந்திருந்தது. யாரும் ஏறப் பயப்படுவார்கள். அதுவும் காத்து அடித்தாலோ! பத்து வயது நிரம்பாத சுப்பிரமணியன் மூன்று எருமைகளைக் கவனித்துக்கொண்டிருந்தான். மேடு பள்ளமான காடு. பாண்டியும், சூட்டுப் போட்டுக்கொண்டு ஒருவரும் வந்தனர். "சாருக்கு இளனி வேணும்டா" என்றான் பாண்டி. "காத்து அடிக்குதே"னான் சுப்பிரமணியன். "காத்தென்னடா, காத்து? இந்த மரத்துலே ஏறமாட்டே? அதோ பார் எத்தினி இளனி." மணி மரத்தில் ஏறினான். வேட்டியைக் கழற்றி மரத்தையும் அவன் கால்களையும் இணைக்கும் பிடிமானமாக்கிக் கோவணத்தோடு ஏறினான். மரம் போகப் போகப் பாம்பளவுக்குச் சிறுத்தது. அவனுக்குக் கீழே பெரிய வளைவு. அதைக் கடந்துவிட்டான். இப்போது மரம் நேர் செங்குத்தாகச் செல்கிறது. ஆனால் பாம்பளவுக்குச் சிறுக்கிறது. 'உய்' என்று காற்று வீசுகிறது. "டேய் லூசு, மரத்தெக் கவ்விக்க." அந்தப் பட்டம் அவனுக்கு முதன்முறையாக அப்போதுதான் கிடைத்தது. மரத்தைக்

கவ்விக்கொண்டான். காற்று வீசி வீசி அடித்தது. மரம் ஊஞ்சாலாடியது. அவன் கால்களும் கைகளும் மரத்தைக் கவ்விக்கொண்டன.

எத்தனை பசுமையான உலகம்! தொலைவிலே காணுகிற நீலம்தான் எத்தனை அழகு! உலகமே பசுமையும் நீலமும் தானா? உலகமே அவனை அசைத்தாட்டும் காற்றுத்தானா? உலகமே தொலைவிலே தெரியும் அமைதி நிறைந்த குடிசைகள் தானா? காற்று ஓங்கி வீசியது. 'மரமே கதி' என்று அவன் உடலும் உள்ளமும் மரத்தைப் பற்றிக் கொண்டன. மேலே தென்னோலைகள், வயது முதிர்ந்த கிழவன் ஒரு இளவட்டத்தின் தர்க்கங்களுக்குப் பதில் சொல்லுவதுபோல் காற்றுக்குப் பதில் சொல்லிக் கொண்டிருந்தன. மரத்தின் கழுத்தில் முத்து முத்தாகச் செவ்விளநீர்க் காய்கள்!

'யாரும் ஏறாத மரம். ஏறிட்டேன். மேலே இன்னும் எவ்வளவு இருக்கும்? ஏளு மொளம் இருக்குமா.' காற்று விர்ரென்று வீசியது. தாராளமாகக் காற்றோடு இரண்டடி பறந்தான். மரத்துக்கு நேருவது எங்களுக்கும் நேரட்டும் என்று அவன் கைகளும் கால்களும் மரத்தைப் பற்றிக்கொண்டன. "தம்பீ, கீளே இறங்குடா" என்று ஒரு குரல் அலறியது. அவனும் இறங்க ஆரம்பித்தான். மரத்தின் கழுத்தில் முத்து முத்தாக இருந்த செவ்விளநீர்க் காய்களை ஒருமுறை மீண்டும் பார்த்தான். 'அய்யோ செவ்விளநீர்க் காய்களே!'

***கண்ணதாசன்*, ஜனவரி 1969**

நான் புரிந்த நற்செயல்கள்

*1948*இல் என்று நினைக்கிறேன். நாற்பத்தாறோ, நாற்பத்தியெட்டோ, சரியாக நினைவில்லை. மதுரையில் ஒரு பெருமாள் கோவிலுக்கு எதிரே இருந்த சந்தில் அவள் குடியிருந்தாள். மாதவி என்றும் லட்சுமி என்றும் சொல்லிக்கொள்வாள். வீட்டிலே இரண்டு குழந்தைகள் உண்டு. நான் ஒருமுறை சென்றுவிட்டு, முகத்தைக் கழுவிக் கொண்டு துடைக்கத் துணி கேட்டபோது, அவளது பழைய ஜம்பர் ஒன்றைத் தந்து, “இதுலே தொடச்சிக்கங்க; ஒங்க புண்ணியமெல்லாம் எனக்கு வரட்டும்” என்றாள். “செலவு மூணேகால்” என்று சொல்லிக்கொண்டு, என் முன் கை நீட்டிய இரண்டு குழந்தைகளுக்கும் இரண்டு இரண்டணாக் களைக் கொடுத்துவிட்டு வெளியே வந்தேன். அப்போதெல்லாம் ‘வாய்ல்’ கொஞ்சம் புதுசுதான். எனவேதான் அவளது வாய்ல் ஜம்பரை என்னால் மறக்க முடியவில்லை. சில நாட்களுக்குப் பிறகு தான் வந்தான் போஸ்ட்மன் சுப்பையா.

“சார், கொஞ்சம் இங்கிலீசு சொல்லித் தாங்க. இந்த டெஸ்டைப் பாஸ் பண்ணினா நான் கிளார்க் காகிடுவேன்.”

“ஏம்ப்பா, உனக்கு மட்டும் சொல்லித் தர முடியுமா? சூரியனே அஸ்தமிக்காத வெள்ளக்கார சாம்ராஜ்யத்தின் பாஷையாச்சே! நாலு பேரெக் கூட்டி வா. சொல்லித் தாரேன். எனக்கும் கட்டுப் படியாகும்” என்றேன். நாலு பேர்களைக் கூட்டி வந்தான். இரண்டு மாதத்திலே அவனும் நானும்

தான் மிஞ்சினோம். அவனையும் விட்டு உதறியிருப்பேன். ஆனால் எங்கள் இருவரிடையும் புதிய உறவு உருவாகிவிட்டது. அவன் பல புதிய 'இடங்களு'க்கு என்னைக் கூட்டிச் சென்றான். சலிசான தரமான இடங்கள். என் மனைவி அவன் வரவை ஒருமாதிரி பார்க்கத் தொடங்கினாள். எனக்குப் பயந்தான். (மனைவி கிட்டே பயமிருக்கணும்; அவளெ கொஞ்சம் ஏமாத்தவும் தெரியணும் என்பது என் கொள்கை) என்றாலும் நான் அப்போதே ஒரு முற்போக்குவாதியாதலால் குடும்பக் கட்டுப்பாடு பற்றி அவளிடம் பேசித் தப்பிக்க முயன்றேன். அவளோ பிற்போக்கு வாதி. 'செடி வைக்கறவனுக்கு தண்ணி ஊத்தத் தெரியும்' என்று வம்பு பண்ணுவாள். சுப்பையா கதையைச் சொல்லிக்கொண்டிருந்தேன்; என் கதைக்கு வந்து விட்டேன். சுந்தர ராமசாமி சொல்லுவது போல், 'சொந்த விஷயம் என்றால் எல்லாருக்கும் வெல்லந்தான்!'

மீண்டும் ஒருநாள் சுப்பையா என்னிடம் வந்து, "இங்கிலீசு படிக்கணும்" என்றான்.

"இங்கிலீசு ஒண்ணும் படிக்க வேண்டாம். வேணா இந்தி படி. மத்தப்படி என்ன விஷயம்?" என்றேன், கண்ணைச் சிமிட்டியவாறே.

"ஒரு முக்கியமான விசயமா ஒங்ககிட்ட பேசணும்."

"அட, அதென்ன முக்கிய விஷயம்?"

"ஒரு பொண்ணு என்னெ லவ் பண்றா."

"இந்தக் கெட்ட பத்திரிக விகடன், துகடன் இதெல்லாம் படிக்கறயா?"

"அய்யோ, இல்லையே! அப்பப்ப போஸ்டு கார்டுக செல படிப்பேன். மத்ததெதுவும் படிக்கமாட்டேன்."

"பின்னே, காதலெப்பத்தி பேசினயே?"

"அதுவா? என்னெ ஒரு பொண்ணு லவ் பண்றது."

"யாரடா, அது?"

"இடியாச்சன் சந்து போயிருக்கீங்களா?"

"கீழப்பெருமாள் கோவிலுக்கு எதுக்கே இருக்கே அந்தச் சந்தா?"

"ஆமா, அதுதான். அங்கே மூணாம் நம்பர் வீடு ஞாபகமிருக்கா?"

“வெசயெத்தே சொல்லுடா?”

“அங்கே மாதவீன்னு ஒரு பொண்ணு இருக்கு. அது என்னெக் கட்டிக்கிறேங்குது.”

“கட்டிக்கேயென்.”

“அதுக்கு ரெண்டு புள்ளெங்க இருக்கே.”

“இருந்தா என்ன? பசுமாட்டே வாங்கினோம். கன்னுக் குட்டி ரெண்டு கெடச்சுதுண்ணு இரு.”

“கெட்ட பொண்ணு இல்லே?”

“ஆமாம், கெட்ட பொண்ணுதான்.”

“நமக்குத் துரோகம் பண்ணிட்டா?”

“நாம் அதுக்குத் துரோகம் பண்ணிட்டா?”

“அப்ப, நான் அதைக் கட்டிக்கிடட்டா? எங்கிட்ட ரொம்பப் பிரியமா இருக்கு.”

“தைரியமாக் கட்டிக்க.”

“ஆமாம், ரெண்டு மூணு சேத்து வச்சிருக்கேன்குதே, நம்பலாமா?”

“தாராளமா நம்பு. பண விஷயத்துலே யாரு பொய் சொல்லப் போறாங்க?”

இப்போ சுப்பையாவும், மாதவியும் எப்படி இருக்கிறார்கள் என்று நினைக்கிறீர்கள்? ஒருமுறை இந்தக் காதல் ஜோடியைச் சித்திரைக் கண்காட்சியில் பார்த்தேன். ஏழோ, எட்டோ குழந்தைகள். கலியாணமானவுடனேயே மாதவி இரண்டு பசுமாடு வாங்கினாள். வல்லிக் கொடி போன்றிருந்தவள் கொடிக்கம்பம் மாதிரி ஆனாள். பால் வியாபாரம் பலனைத் தந்தது. அது விருத்தியானதும் புருஷனுக்கு ஒரு வெற்றிலை பாக்குக் கடை வைத்துக் கொடுத்தாள். விரைவில் வெற்றிலை பாக்குக் கடை ஷாப்புக் கடையாக மாறக் காரணம், அந்த வட்டாரத்தில் ஒரு நவநாகரிக ஓட்டலும், ஒரு கல்லூரியும், ஒரு தியேட்டரும் ஏற்பட்டதுதான். கொடிக்கம்பம் போல் இருந்த மாதவி கோணிப்பைபோல் உருவெடுத்தாள். கோணிப்பை வண்ணாந் தாழியாக மாறும்போது சுப்பையா பல பிரபல தினசரிகளுக்கு ஏஜென்ட்டு. சூர்யா சீட்டுக் கம்பெனி அவனுடையதுதான். ஒரே ஒரு முறை அவனுக்கு ‘போன்’ செய்தேன். நான் யாரென்று சொல்லிக்கொள்ளாது ஏதோ சொல்ல முயன்றேன். “நீங்க யாரு?” என்ற கேள்வி

வந்தது. நான் யார் என்று சொன்னேன். 'ரிசீவரை'ப் பட்டென்று வைக்கும் சத்தம் கேட்டது. பணக்காரிக்குப் பருமனும் பணக்காரனுக்கு மிடுக்கும் அழகாகத்தானே இருக்கிறது? வீணாக உலகத்தைக் குறை சொல்லாதீர்கள்!

அந்த இளைஞனைப் பார்த்தால் பற்றி எரிந்தது. இப்படிக் கள்ளங்கபடமற்ற முகத்தோடு ஒருவன் இருப்பதா? உலகம் தெரிய வேண்டாமா? புத்தகத்தையே கட்டியழுகிறானே! அப்போதெல்லாம் எனக்கு ஒரு 'ஸ்டோரி'ல் வாசம். 'ஸ்டோரி'ன் மூன்றாவது வீட்டில் நான் இருந்தேன். முதல் வீட்டில் அவன் இருந்தான். எப்போது பார்த்தாலும் படித்துக்கொண்டிருப்பான். தந்தை கந்தையா பிள்ளைக்கு சுகஜீவனம். புகையிலை போட்டே இருந்த சொத்தையெல்லாம் மென்று துப்பிக்கொண்டிருந்தார். "என்ன செய்கிறீர்கள்?" என்றால் "மொழி ஆராய்ச்சி" என்பார். ஆனால் 'ஸ்டோரி'லே அவரது குறட்டைதான் பிரசித்தம். இரவு பத்து மணி முதல் காலை ஆறுமணி வரை கூட்டாமல், குறைக்காமல் ஒரே கதியில் குறட்டை ஒலிக்கும். அவர்தான் நான் ஸ்டோரைக் காலி பண்ணவே காரணம். வந்துவிட்டேனா என் கதைக்கு! சேவுகபெருமாள் செய்த பெரும் அதிர்ஷ்டம் அவன் கந்தையா பிள்ளையின் ஒரே மகனாக இருந்தது. அப்படிப் படித்துக்கொண்டும், கால்களை விரித்துப்போட்டு அவற்றின்மேல் ஒரு பலகையைப் போட்டுக்கொண்டு, அரிக்கன் விளக்கருகில் எழுதிக்கொண்டும் இருக்கும் அவனைப் பார்த்தால் எனக்கு என்னவோ பொறாமையாக இருந்தது. வருங்காலத்தில் பெரும் அறிவாளியாக வருவான் என்று நினைத்துப் பெருமூச்சு விட்டேன்.

ஆனால் ஒரு நாள் என்னிடம் வந்து பட்டுக்கொண்டான். "உங்ககிட்ட ஆக்ஸ்போர்டு டிக்ஷனரி இருக்கா?" என்று கேட்டுப் பட்டுக்கொண்டான். அப்போதே எனது மேதாவிலாசத்தைப் புலப்படுத்த நாலைந்து வாக்கியங்களை ஆங்கிலத்தில் சொல்லி விட்டு அவனிடத்து 'டிக்ஷனரி'யைக் கொடுத்தேன். அவன் என்னவோ மயங்கிவிட்டான். அடிக்கடி என்னிடம் வந்து பேச ஆரம்பித்தான். விவேகானந்தர் பற்றியும், ராமகிருஷ்ணர் பற்றியும், அரவிந்தர் பற்றியும் பேசினான். அவன் பேசிய பேச்சுகள் என்னைத் திகிலடைய வைத்தன. எனக்கென்னவோ இந்த விவேகானந்தர், அரவிந்தர் என்றாலே ரொம்பவும் பயம். அவர்கள் எல்லாம் சிகரெட்டு, பீடி குடிக்கக் கூடாது என்ற கட்சியைச் சேர்ந்தவர்கள் என்பது என் சந்தேகம். பொதுவாக எதையுமே குடிப்பதை எதிர்ப்பவர்களை எனக்குப் பிடிக்காது. குடிப்பதைக் குடிக்கத்தான் முடியும், அதை வைத்துக்

டெர்லின் ஷர்ட்டும் எட்டு முழ வேட்டியும்... ✸ 75 ✸

கொண்டு வேறென்ன செய்யமுடியும் என்பது என் வாதம். எனவேதான் சேவுக பெருமாளின் பார்வையை வேறு திசையில் திருப்ப நினைத்தேன். அவன்தான் புத்தகப் புழுவாயிற்றே! புத்தகப் புழுவுக்கு என்ன புத்தகம் என்றிருக்கிறதா? நான் சலிசாக வாங்கி வைத்திருந்த அரசியல் புத்தகங்களை எல்லாம் அவனிடம் கொடுத்தேன்.

'விளைவு என்ன?' என்கிறீர்களா? இன்று அவன் ஒரு எம். பி. சென்னையில் ஒரு பணக்கார வீட்டுப் பெண்ணை மணந்துகொண்டுவிட்டான். அவன் குழந்தைகள் 'கான் வென்ட்'டுக்குச் செல்கின்றன. அவன் சமயங்களில் டெல்லி தெருக்களில் குடித்துவிட்டுக் கிடந்தாலும், பாராளுமன்றத்தில் காலித்தனமாகக் கூச்சலிட்டாலும், ஒருமுறை புரட்சிகரமாக சபைத்தலைவர்மேல் செருப்பை எடுத்து வீசியெறிந்தாலும், அவன் ஒரு கொள்கை மாறாக் கோமான். அவன் ஒரு எம்.பி.

காதல் வளர்ச்சிக்கு இடவசதி அவசியம். இது யாவரும் ஒப்புக்கொள்வதே. இது இன்று மட்டுமல்ல, அன்றும் உண்மை. உண்மையில் இன்றைக் காட்டிலும் அன்று மிக உண்மை. அவர்கள் எல்லாம் வெகுகாலமாக பம்பாயில் இருந்துவிட்டுச் சமீபத்தில்தான் தமிழ் நாட்டுக்கு வந்தவர்கள். வேற்றாட்கள் இருக்கும்போது சமயங்களில் தங்களுக்குள் இந்தியில் பேசிக் கொள்வார்கள். (இந்தியோ, மராத்தியோ அல்லது இரண்டின் கலப்போ) அந்த வீட்டில் வயது வந்த எல்லாருமே தாராளமாக ஆங்கிலத்தில் பேசுவார்கள். (என்னுடைய ஆங்கில வாசனை அவர்களை நெருங்க எனக்குப் பெரிதும் உதவியது) ஜேன், *'Oh it's nice!', "It came off nicely"* என்றளவைவிட ஆங்கிலம் பேசினாலும், நன்றாகவே தமிழ் பேசுவாள். "நான் பாம்பே யிலிருக்கும் போதே தமிழ்ப் புத்தகங்கள் அதிகம் படிப்பேன்" என்பாள். ஒரு ஆங்கில உயர்நிலைப்பள்ளியில் ஆசிரியராகப் பணியேற்றுக்கொண்டிருந்த எனக்கு ஜேன் தகுந்த ஜோடி யாகவே பட்டாள். உருப்படியான எந்தப் படிப்பையும் முற்றுவிக்காத ஜேன் 'டைப்ரைட்டிங்' படித்துக்கொண்டிருந்தாள். நான் என் அறையிலிருந்து வெளிக் கிளம்பி, 'பாமா கபே'யை நோக்கி நடந்து போஸ்டு ஆபீஸைக் கடக்கவும், அவள் போஸ்டு ஆபீசுக்கு நாலு கட்டிடங்கள் தள்ளி இருந்த 'டைப்ரைட்டிங் இன்ஸ்டிடியூட்'க்கு என்னைக் கடந்து செல்வாள். வீணாக வளர்ப்பானேன்? நாங்கள் சந்தித்தோம். எங்கள் கண்கள் சந்தித்தன. எங்கள் கரங்கள் சந்திக்கத் துடித்தன. இப்படி யெல்லாம் காதல் கதையில் சொல்லக் கூடாதுதான்; ஏதோ சொல்லிவிட்டேன்.

ஒரு முறை ஷேக்ஸ்பியரின் 'ரோமியோ அன் ஜூலியட்' நாடகம் பற்றி மாணாக்கனான நான் எழுதிய கட்டுரையில், ரோமியோ, ஜூலியட்டின் குடும்பத்தாரைச் சரிக்கட்டத் தவறியது பெருந்தவறு என்று எழுதியது என் நினைவுக்கு வந்தது. மகளைப் பெறவேண்டுமானால், முதலில் தாயாரை, முடிந்தால் தகப்பனாரைச் சரிக்கட்டிக்கொள்ள வேண்டும். ஜேனின் தகப்பனாரைக் காண்பதே அரிது என்று அறிந்தேன். அவர் ஒரு வெள்ளைக்காரக் கம்பெனியின் விற்பனை ஏஜெண்டு. இரண்டு மூன்று மாதங்களுக்கு ஒரு முறைதான் வீட்டுக்கே வருவார். தாயாரைச் சரிக்கட்டுவதில் இதுவும் எனக்கு உதவியது என்று நான் சொன்னால் நீங்கள் அதைத் தவறாகப் புரிந்துகொள்ளக் கூடாது. ஜேனின் அம்மாவை எனக்கு மிகவும் பிடித்திருந்தது. அளவுக்கு அதிகமாகப் பேசினாலும் அவர்கள் நாகரிகமானவர்கள். எனவே முதலில் நான் அவர்களைத் துணை கொண்டேன். கிடைத்தற்கரிய ஆர்லிக்ஸ், சீனி, கோதுமை இவற்றை அவர்கள் வீட்டுக்கு வாங்கிக் கொடுத்தேன்.

காதல் வளர்ச்சிக்கு இட வசதி அவசியமென்றால், வயதுவந்த அண்ணன்மார்கள் காதலின் பரம விரோதிகள். நல்லவேளை ஜேனுக்கு அண்ணன் யாருமில்லை. அவளை விடுத்து அவளோடு போட்டியிட ஒரே ஒரு சகோதரி. மேரி என்று சாதாரணமாகப் பெயரிட்டிருந்தார்கள். மிக அழகு, படிப்பிலே புலி. அவளோடு பேசும்போதே எனக்கு நா உளறும். மேரிக்கு அடுத்து ராபர்ட்ஸ். அவனை லகுவில் வசமாக்கிக்கொண்டேன்.

இந்த நிலையில்தான் இட வசதியைப் பற்றி யோசிக்கலானேன். இந்தக் காலத்திலாவது வேறெதுவும் இல்லா விட்டாலும் 'பஸ் ஸ்டாப்' இருக்கிறது. அந்தக் காலத்தில் அதுவுமில்லை. போஸ்டல் இலாகா துணை புரிந்தது. கடிதங்கள் பரிமாறிக்கொண்டோம். கண்கள் பேசின. ஒரு பயனும் இல்லை.

இப்போதுதான் ரிடயர்டு முனிசிபல் மானேஜருக்கு முக்கியத்துவம் ஏற்படுகிறது. அவரை முதன்முதலாக நான் சந்தித்தபோது ஏப்பம் விட்டார். ஏப்பம் அவருக்கு ஒரு வியாதி என்று பிறகே அறிந்தேன். ஓய்வு பெறுவதற்கு மூன்று வருடங்களுக்கு முன்தான் அவர் காந்தி காலனியில் ஒரு வீடு கட்டி முடித்திருந்தார். கார் வாங்கும் நோக்கத் தோடு 'கராஜ்'க்கு என்று கொஞ்சம் இடம் ஒதுக்கி வைத்திருந்தார். ஆனால் அதற்கு முன்னால் அவருக்கு 'கம்பல்சரி ரிடயர்மென்ட்'

கிடைக்கவே, அந்த இடத்தில் ஒரு அழகான குடிலை அமைத்து விட்டார். அவருக்கு என்ன கவலை? ஒரே மகன், ஒரே மகள். மகளுக்கு ராஜபாளையத்தில் மணியான மாப்பிள்ளை. மகனுக்குச் சென்னையில் அரசாங்க உத்தியோகம். வீட்டிலேயே இருந்தது மனைவி ஆஸ்த்துமா அம்மணி மட்டுமே. உண்மையில் மானேஜர் ராமசாமி என்றுமே ரிட்டயர் ஆகக்கூடியவர் அல்ல.

தபாலாபீசுக்கு – அதாவது அஞ்சலகத்துக்கு – எதிரேதான் நான் அவரைச் சந்தித்தேன். கூடவே ஜேனும் இருந்தாள். "தம்பி, உன்னைப் பத்தி ஜேன் சொல்லிச்சு." நான் விழித்தேன். ஜேன் புன்முறுவலித்தாள்.

"காந்தி காலனியிலே நான் ஒரு வீடு கட்டிருக்கேன்."

நான் விழித்தேன். ஜேன் முறுவலித்தாள்.

"ஒரு காரேஜ் கட்டணும்னு இருந்தேன்." நான் விழித்தேன்.

"இப்போ பிரமாதமா ஒரு காட்டேஜ் ஆக்கிட்டேன்."

அவர் வெடித்துச் சிரித்தார். நான் விழித்தேன்.

"தம்பி, இங்கிலீஸிலே புலியாமே!" என்று சொல்லிவிட்டு அவர் நகர்ந்தார். ஜேன் எனக்கு விஷயத்தை விளக்கினாள்.

காதல் வளர்ச்சிக்கு இட வசதி அவசியம் என்பதை எனக்கு உணர்த்தியதே அவள்தான்.

கடிதப்படி அன்று மாலை ஆறு மணிக்கு நான் அவளைச் சந்திக்க வேண்டியது. மூன்றே முக்காலுக்கே வேலையை முடித்துக்கொண்டேன். மணி நாலரைக்கெல்லாம் வழக்கமான குடிலுக்குச் சென்றேன். குடிலுக்குத் தனிச் சாவியுண்டு. இரண்டு சாவிகள் உண்டு – ஒன்று என் கையிலும், மற்றது ஜேன் கையிலும் இருக்கும். குடிலுக்கு வாடகைக்காரன் என்ற முறையில் நான் மானேஜருக்கு ரூபாய் பதினைந்து கொடுத்து வந்தேன். கொடுத்து வந்தேன் என்று சொல்லுவதைக் காட்டிலும் அவர் வாங்கி வந்தார் என்பதுதான் பொருத்த மாகும். ஏனென்றால் சம்பள நாளிலே அவர் பள்ளிக்கே வந்து என்னைச் சந்தித்துவிடுவார். அன்று நான் சாவியைப் பையிலிருந்து எடுத்ததும்தான் சாவி பயனில்லை என்று அறிந்தேன். கதவு உட்புறமாக அடைத்திருந்தது. கதவைத் தட்டினேன். உடனே கதவு திறந்தது. சிரித்துக்கொண்டே மானேஜர், "குட் ஈவினிங்" என்று சொல்லிக்கொண்டு வெளியே போனார். உள்ளே எங்களது வழக்கமான கட்டிலில் ஜேன்

உட்கார்ந்திருந்தாள். நிறுத்தி நிதானமாக வழக்கமான காதல் பேச்சுகளைப் பேசினேன். பிறகு மானேஜர் விஷயம் பற்றிக் கேட்டேன்.

“. . . . . இல்லாட்டி எல்லாத்தையும் பத்தி எங்கப்பாவுக்கு ரெஜிஸ்டர்டு போஸ்டிலே எளுதித் தெரிவிச்சிருவேன்னாரு. நான் என்ன செய்ய?” ஜேன் அழுதாள்.

“தெரிவிச்சா என்னவாம்?”

“எங்கப்பா சம்மதிக்கமாட்டாரே?”

“ஏன் அவருக்கு மருமகன் ஆக நான் லாயக்கில்லையா?”

“ஏன் இவ்வளவு தூரம் போனேன்ட்டு அடிச்சுக் கொன்னுப் போடுவாரே?”

ஜேன் விக்கி விக்கி அழுதாள். நான் அவளை அணைத்து முத்தமிட்டேன்.

“என்னைக் கைவிட மாட்டீங்களே?”

“கேட்டுச் சொல்றேன்.”

“யாரெக் கேட்டு?”

“மானேஜரக் கேட்டு”

“அவர ஏன் இளுக்கறீங்க?”

“நான் இளுக்கலே. அவருந்தான் இதுலே இருக்காரே!”

ஜேன் ஓவென்று அழுதாள்.

“ஜேன் டியர் ஏன் இப்படிக் கத்தறே? இது யாருக்குக் கேக்கப் போகுது? மானேஜருக்குக் கேக்கும். ஆனா அவர் வரமாட்டார். ஆஸ்த்துமா அம்மணியோ முழுச்செவிடு.”

“My dear, I’ve staked my all of you.”

“On would be better” என்று அவள் ஆங்கிலத்தைத் திருத்தினேன். ஜேன் கேவிக் கேவி அழுதாள்.

“நாளெக்கு எம்பொணத்தத்தான் பாப்பீங்க.”

“மன்னிச்சிக்க, பொணத்தப்பத்திக் கேவலமாய்ப் பேசாதே. எத்தனையோ உயிரோடுள்ள மொகங்கள்ள பாக்காத பிரகாசத்தையும் அமைதியையும் பொணங்களின் மொகங்களிலே பாத்திருக்கேன்.”

“நான் இன்னைக்கே வெஷம் குடிச்சுச் செத்திடுவேன்” என்றாள்.

“எதிலும் அவசரமாகாது” என்றேன்.

“எனக்கு என்ன வழி?” என்றாள்.

“நீ பெரிய நடிகையாக முடியும்” என்றேன்.

“அப்படியா?” என்றாள்.

நான் அவளுக்குச் சென்னையில் இருந்த நண்பர் ஒருவருக்கு அறிமுகக் கடிதம் கொடுத்தேன். அவர் சினிமாத் துறையில் ஏதோ பெயர் சொல்ல முடியாத தகுதியில் இருந்தார். அவருக்குக் கடிதம் எழுதும் பக்குவமோ மனப்பான்மையோ இல்லாததால் அவர் மூலம் ஜேனைப் பற்றி எதுவும் தெரிந்து கொள்ள முடியவில்லை. ஐந்து வருடங்களுக்குப் பிறகுதான், ஆரம்பத்தில் தியாகியாக இருந்து, பிறகு எம்.எல்.ஏ. ஆகி, அதற்குப் பிறகு ‘இந்தியா டயர்சி’ன் உரிமையாளராகப் பரிணமித்த செந்தில்நாதனின் இரண்டாம் தாரமான பத்ம குமாரிதான் ஜேன் என்று அறிந்துகொண்டேன். உண்மை யிலேயே கேட்டுக்கொள்கிறேன்: கற்பு, காதல், கொள்கை, அது, இதுவென்று சொல்லிக்கொண்டு உலகத்தைக் குறை சொல்லாதீர்கள். புத்திசாலிகள் பிழைத்துக்கொள்ளத்தான் செய்கிறார்கள்!

கண்ணதாசன், **ஜூன் 1969**

கிழவனின் வருகை

காலை மணி பத்துதான் என்றாலும் சூரியன் நகரைச் சுட்டெரித்துக்கொண்டிருந்தான். வெளிறிச் சிவந்த வழுக்கை மண்டையிலும் முகத்திலும் வியர்வை முத்து முத்தாகக் கோர்த்தோட, நிமிர்ந்து நின்றவண்ணம், கிழவன் அவன் முன்னிலும் பக்கலிலும் நகர்ந்த, நடந்த, ஓடிய, விரைந்த, பறந்த அத்தனையையும் கூரிய ஆசை யோடும், வியப்போடும் நோக்கிக்கொண்டிருந்தான். வந்தனர் மூவர்; மூன்று காரிகையர். தம் வரிசை கலையாது நடைபாதையைக் கவர்ந்து வந்தனர். ஒருவர் மேல் ஒருவர் சறுக்கியும், சாய்ந்தும், சரிந்தும், கைகளை ஆட்டியும், தம் குதிரைவால் முடியினை ஊசலாட்டியும். எனினும் தம் வரிசை கலையாதே வந்தனர். கிழவன் நகர்ந்துகொண்டான்.

"என்னையா நீ" என்ற குரல் கேட்டு, நெடிது நின்று பின்புறம் திரும்பினான் கிழவன். ஒரு செருப்புத் தைக்கும் தொழிலாளியின் ஒரு சதுரகஜ நடைபாதைக் 'கடை'க்குள் கிழவன் காலை வைத்திருந்தான். கிழவனின் பார்வை இயற்கை யாகவே தொழிலாளியின் கரங்களில் விழுந்தது.

"ஏனப்பா, இப்படித் தைத்தால் தோலுக்கத் தோல் ஒட்டி நிக்குமா? நெருக்கமாகத் தை" என்றான் கிழவன்.

"யாரய்யா நீ?" என்ற அவன் வேலையை நிறுத்திக்கொண்டு கிழவனை ஏற இறங்கப் பார்த்தான்.

"நீ என்ன நம்ப ஆளா?"

"ஆம்" என்றான் கிழவன்.

"என்னதான் நெருக்கத் தச்சாலும் நம்ப கை வேலே வெலெ போவதில்லையே" என்றான் அவன்.

"அதனாலே பரவாயில்லை, நீ ஒட்டுக்க நெருக்கமாகவே தை. நல்ல சரடாப் போடு . . . பார் . . . அட, சரடு அறுந்து போச்சே!"

"நீ யாரு சாமி?"

"சாமீன்ட்டு சொல்லாதே. நா ஒருத்தன். இருக்கட்டும். இங்கே ஒரு கோவில் இருந்திச்சில்லே?"

"கோவிலா?"

"ஆமாம், கோவில்தான். நீ ஒரு நா போயிருப்பேயில்லே?"

"ஓ, கோயிலா?"

"ஆமாம், கோயில்தான்."

"அதை இந்நேரம் அடச்சிருப்பாங்களே."

"அடச்சிருப்பாங்களா?"

"ஆமாம், கோவில்லே ரெம்பத் திருட்டுப் போவுதுனு, ஏதோ டைம் படிதான் அதெத் தெறக்கறாங்க, மூடறாங்க. எங்களுக்கு அதெல்லாம் பத்தி என்ன கவலே?"

நகர் இரைந்துகொண்டிருந்தது. குழப்பம் இல்லாமல், குறுக்கும் நெடுக்குமாக, மேலும் கீழுமாக, அமைதியாக, ஆரவாரத்தோடு, உரத்த குரலில், சாவகாச நடையில், ஏக்கத்தோடு, நிறைவான நடையில், பீறிட்டுக்கொண்டு, கட்டுப்பாடாக, வெறித்தனமாக, அழகழகாக நகர் இயங்கிற்று. நிமிடம் நிமிடமாக வளர்ந்தது. யாரும் கற்பனை செய்ய முடியாத அதன் வக்ரமான, தவிர்க்க முடியாத, திட்டமிட்ட தலைவிதியை நோக்கி நகர்ந்துகொண்டிருந்தது.

கோவில் எங்கே என்றறிய கிழவனுக்கு ஆசை. உருக்கி விட்ட வெள்ளியாய்த் தோன்றிய வானைப் பார்த்துவிட்டு, வாயில் அரைகுறையாய் கூடியிருந்த உமிழ்நீரைத் திரட்டித் தன் காலருகே உமிழ்ந்துகொண்டான்.

"கோவில் எங்கே? கோவிலுக்குச் செல்லவேண்டுமே."

கூட்டம் தாறுமாறாய் பின்னிப் படர்ந்தது . . . வருகிறார் பேராசிரியர். நிறைந்த தொந்தி, நிறைந்த உள்ளம். தேவைக்கும்

மேலே பெரிதுபடுத்தப்பட்ட தடித்த கருத்த பிடிமானங்களைக் கொண்ட கண்ணாடியை அணிந்துள்ள பேராசிரியர். சாலை விதிகளைக் கவனித்தவாறே, ஆங்காங்கு எதிர்ப்படும் 'காலி கிளாத்' சேலைகளைக் காணாதவாறே கண்டவராய் வருகிறார். கிழவனுக்கு அவர்மீது நம்பிக்கை.

"இங்கே பக்கல்லே ஒரு கோவில் உண்டே?"

சரித்திரப் பேராசிரியர் சட்டென்று நிற்கிறார். "யு ஆர் கரெக்ட். இங்கே ஒரு கோவில் இருந்தது. சுமார் இருபத்து மூன்று ஆண்டுகளுக்கு முன்னர். எக்ஸேக்டாகச் சொல்ல வேண்டுமானால், இருபத்து மூன்று ஆண்டுகள் ஏழு மாதங் களுக்கு முன்புதான் அதை ஷிப்டு பண்ணினோம். எனக்கு நன்றாக நினைவிருக்கிறது. மாநகராட்சி மன்றத்தில் அந்தத் தீர்மானம் ஏகமனதாக நிறைவேறிற்று. இன்றுவரை மா நகராட்சி மன்றத்தின் வரலாற்றிலே அதுதான் ஏகமனதாக நிறைவேற்றப்பட்ட ஒரே தீர்மானம். தோஸ் வேர் ஒண்டர்புல் டேஸ்..."

"இப்ப அந்தக் கோவில் எங்கே?"

"அதோ, அங்கே. பக்கம்தான். எ குவெஸ்ச்சன் ஆவ் டிராஃபிக் ரெகுலேஷன். பட் தெ டெம்பில் ஈஸ் தேர். ஆல் ரைட். இட் ஈஸ் தேர்." பேராசிரியர் சற்றுத் தொலைவில் அந்தப் பட்டப் பகலிலும் நியான் விளக்குகளால் வரை யறுக்கப்பட்டிருந்த ஒரு வெண் சிமெண்ட்டுக் கட்டிடத்தைக் காட்டினார். கிழவன் வானத்தைப் பார்த்து கண்களைக் கணநேரம் மூடிவிட்டு, பேராசிரியரிடத்து, "மன்னிக்கவும்" என்றான்.

"எதற்கு?" என்றார் பேராசிரியர்.

"உங்களுக்குத் தொந்தரவு கொடுத்ததற்கு."

"இப்பவே போங்க. கொஞ்சம் ஃபாரினர்ஸ் கூட்டம் தவிர அதிகக் கூட்டம் இருக்காது" என்றுவிட்டு பேராசிரியர், ஏதோ அந்நியரிடமிருந்து விடைபெறுவதுபோல, கையைத் தலையில் இல்லாத தொப்பியைத் தொடும் முறையில் சமிக்ஞை செய்து நகர்ந்தார். நகர் இரைந்துகொண்டிருந்தது. கட்டுப்பாடாக, வெறித்தனமாக, அழகாக அது இயங்கிற்று.

கிழவன் தனது நா வறண்டிருந்ததை உணர்ந்தான். நகரின் குழப்பம் மிகுந்த பகுதிகளிலிருந்து மீண்டு, சற்றே குழப்பம் இல்லாத பகுதி ஒன்றுக்கு வந்துசேர்ந்தான்.

"தண்ணி கெடெக்குமா?" என்றான் எதிர்ப்பட்ட ஒருவனிடத்து.

"தண்ணியா? நேராப் போயி இப்படித் திரும்பு. தண்ணி கிண்ணி எல்லாம் கெடக்கும்."

"நேராப் போயி..." என்றிழுத்தான் கிழவன்.

"இங்கே பார் கிழவா. அங்கிட்டு ஒரு வெளக்குத் தெரியுதா? செவப்பு வெளக்கு. அதுக்கு நேரே போ."

பட்டப்பகல்லே வெளக்கு எதுக்கு? கிழவன் அந்தச் சிறு தெருவோடே நடந்தான். இரு மருங்கிலும் ஒரே மாதிரியான வீடுகள். ஒவ்வொரு வீட்டின் முன்னும் ஒரு திண்ணை. திண்ணையின் ஒரு பகுதி சாக்குத் திரை போட்டு மூடப் பட்டுள்ளது. திண்ணையில் வருவோர் போவோர் பார்க்கும் வண்ணம் ஒருவனோ ஒருத்தியோ உட்கார்ந்திருக்கின்றனர். கிழவன் ஒரு வீட்டின் முன் நின்று தண்ணீர் கேட்கிறான். "உள்ளே போ" என்றான் அவன். கிழவன் திகைத்து நின்றான்.

"சுக்கா இருக்கு வேணுமா?" என்றாள் அவள். தொடர்ந்து அதற்குள்ளாக, "அக்கா, மீன் வருவல் இருக்கா?" என்று கேட்டுக்கொண்டு ஒருவன் வரவும், அவளது கவனம் கிழவனிடத்து இருந்து புதிதாக வந்தவனிடத்துத் திரும்பியது. கிழவன் திருட்டுத்தனமாக அக்கம் பக்கம் பார்த்துவிட்டு, தெருவைவிட்டுத் தப்பியோடினான்.

நகருக்கு நடுவே ஒரு அகன்ற சாக்கடை ஓடியது. கிழவன் எப்படியோ அதன் இருப்பிடம் கண்டு, பசும்புல் விளைந்திருந்த சகதியைத் தாண்டி, சாக்கடையின் ஓரத்தில் நின்று தாக சாந்தி செய்துகொண்டான். இருந்தாலும் வயிற்றிலே பசி. சாப்பிட்டு முப்பது நாட்களோ நாற்பது நாட்களோ, அவனுக்கே நினைவில்லை. இருக்க வேண்டுமென்ற ஆசை. அதனால் சாப்பிட வேண்டும் என்ற எண்ணமும். சற்றுத் தொலைவில் இருந்த ஒரு பூங்காவனத்துள் நுழைந்தான். பிச்சைக்காரக் குடும்பங்களும், உதிரி குஷ்டரோகிகளும் பூங்காவனத்தில் காணப்பட்டனர். முதலில் தன் கண்ணில் பட்ட குஷ்டரோகியை, கிழவன் விரித்த கைகளோடு அணுகவும், குஷ்டரோகி, கிழவன் தன்னருகே வருமளவும் குறும்புச் சிரிப்போடு பார்த்துவிட்டு, கிழவன் அவன் காலெட்டும் தூரம் வந்தவுடன் கிழவனை ஓங்கி உதைத்துவிட்டு கடகட வென்று சிரித்தான். "கெட்ட காலத்துலே புண்ணியமா சம்பாதிக்க வந்தே? அங்கே குஷ்டரோகர் விடுதிலே பணியாள ரெல்லாம் வேலை நிறுத்தம் செய்யறாங்க. அங்கே வேணாப்

போ, புண்ணியம் சம்பாதிக்க. நல்லா உதை கிடைக்கும். நாம் பாட்டு எழுதலாம்னு இங்கே ஒதுங்கிட்டேன். நாளெக் கழிச்சு விடுதி விழாக் கொண்டாடுறாங்க. மந்திரி வருவாரு. நீயும் சேர்ந்துக்க கிழவா. ஒன்னையும் பாராட்டுவாங்க. என்னைப் பொறுத்தவரை நான் வேலெ நிறுத்தத்துக்கு முழு ஆதரவு தந்துட்டேன். நானும் ஸ்டிரைக் பண்ணிட்டு இங்கே வந்திட்டேன். எங்கூடயும் ஒரு பட்டாளம் வந்திரிச்சு."

"நீங்க யாரு? ஒங்களே எனக்குத் தெரியும் போல்ருக்கே?"

"என்னெத் தெரியுமா? ஏது குஷ்டரோகிதானேன்னு நெனெக்கிறாயா? ஃப்ராய்டு யார் தெரியுமா ஒனக்கு?"

"தெரியாதே."

"பைத்தியக்காரக் கிழவன். ஃபிராய்டைத் தெரியாதாம். நீ என்ன இந்த நகர்ல நடமாடுற? ஆணும் பொண்ணும் என்னெல்லாம் செய்யறாங்க, என்னெல்லாம் நெனெக்கிறாங்க அத்தனைக்கும் – ஃபிராய்டு வெளெக்கம் சொல்லி இருக்கான் தெரியுமா? அதெல்லாம் வச்சு நாங் கதே எழுதறேன்; இலக்கியம் படைக்கிறேன்."

"ஆமா, உங்க புண்ணுக்கு என்ன செய்யறீங்க?" என்றான் கிழவன்.

"புண்ணு கூடப்பொறந்தது. அதுக்கு ஒண்ணும் செய்யக் கூடாதெங்கறாரு டாக்டர்."

"எல்லாத்துக்கும் மருநது இருக்குன்னு நெனெக்கிறேன்" என்றான் கிழவன்.

"ஆமா, இருக்கு இருக்கு" என்று கூறிக்கொண்டே, குஷ்டரோகி அருகே கிடந்த தனது தடியை எடுத்து கிழவன் மண்டையில் ஓங்கி ஒரு போடு போட்டான். கிழவன் ஒரு நிமிடம் கண்களை மூடிவிட்டுத் திறந்தான். "இதுதான் மருத்துவம். பழைய சமுதாயத்தின் கருப்பேலேந்து புது சமுதாயக் கொளந்தையை எடுக்க இந்த மருத்துவம்தான் வேணும், தெரியுமா? போ, நீயும் ஒரு கொளெந்தெயே பெத்துக்க."

கண்ணில் ஒரு சொட்டு நீரோடு, தலையைத் தடவிய வாறே நடந்தான் கிழவன்.

என்றாலும் கிழவனுக்குப் பசி தாங்க முடியவில்லை. ஆமாம், கிழவனுக்குப் பசிதான். நடந்தான்; கள்ளுக் கடை களையும், மாமிசக் கடைகளையும் கடந்து நடந்தான். நகரமே நண்பகல் உணவை நோக்கி விரைந்துகொண்டிருந்தது.

அவனுக்கும் பசி. அவன் என்றும் பசியை வெறுத்ததில்லை. ஆனாலும் பல தடவைகளில் பசியையே புசித்து மகிழ்ந்திருக்கிறான். ஆனால் இப்போது, புசிக்க இடமெங்கே என்று ஒரு சிறுமியிடத்துக் கேட்டான். அவளது சிறுவிரல் ஒரு குடிசையைக் காட்டிற்று. கிழவனுக்கு மகிழ்ச்சிதான்.

குடிசைக்குள் நுழைந்தான் கிழவன். பதினெட்டு இருபது பேர் உட்கார்ந்திருந்தனர். நான்கைந்து பேரைத் தவிர அனைவரும் திறந்த மார்போடு இருந்தனர். அனைவருக்கும் அரைகுறையாகத் தாடியும் மீசையும். தலைமுடி சிலருக்கு நீண்டு வளர்ந்தும் மற்றும் சிலருக்குக் கட்டையாகவும் இருந்தது. ஒருவர் முடியிலாவது எண்ணெய்ப் பசை இல்லை. அவர்களுக்கு நடுவே ஒரு பெரிய அலுமினியத் தட்டு. தட்டில் தடித்து, அரைத்து விழுங்க முடியாத பெரிய பெரிய எலும்புத் துண்டுகள். தட்டைச் சுற்றிலும் இருந்த காலி பாட்டில்கள், மக்கிப் போன 'ப்ரௌன்' நிறத்தைத் தாங்கி நின்றன. கிழவன் அந்த மனிதர்களிடத்துக் கேட்டான். ஒருவன் மற்றொருவனை நோக்கினான். மற்றவன் மூன்றாமவனை நோக்கினான். மூன்றாமவன் நாலாவது ஆளை நோக்கினான். ஒருவரை யொருவர் நோக்கிக்கொண்டனர். யாரும் பேசவில்லை. கிழவன் தனக்குத் தெரிந்த மொழிகளிலெல்லாம் அவர்களோடு பேசிப் பார்த்தான். யாரும் பதில் பேசவில்லை. தாறுமாறாக் கிழவனை நோக்கினர். வாயைத் திறந்து வலது கையை வாயினருகே கொண்டு சென்று உணவு வேண்டும் என்று கிழவன் தெரிவித்துக்கொண்டான். அனைவரும் வாய்களைத் திறந்தனர். ஆசையோடு தத்தம் கைகளை வாயை நோக்கிக் கொண்டு சென்றனர். 'இருக்கா?' என்பது போல் கிழவன் கையை அசைத்தான். 'இருக்கா?' என்பது போலவே அவர்களும் தம் கைகளை அசைத்தனர். குடிசையை விட்டு வெளியே வந்தான் கிழவன்.

குடிசையைக் காட்டிய சிறுமி கிழவனைக் கண்டு சிரித்தாள். "ஏன் சிரிக்கறே குழந்தே?" என்றான் கிழவன்.

"சாப்பாடு வேணுமா?" என்றாள் சிறுமி.

"ஆமாம்" என்று தலையசைத்தான் கிழவன்.

"அங்கே போனேயே, என்ன கெடெச்சது?"

"யாருமே பேசலயே?"

"அவுங்க எப்படிப் பேசுவாங்க? அவுங்க யாருக்கும் நாக்கு கெடெயாதே!"

ஜி. நாகராஜன்

“நாக்கு கெடயாதா?”

“ஆமாம், ஒருத்தர் ஒருத்தர் நாக்கெ அறுத்துக்கிட்டாங்க.”

“எதுக்கு?”

“எதுதான் எதுக்கு? கிழவா, ஒனக்கு ஒண்ணும் புரியாது. ஒனக்கு இப்ப சாப்பாடு வேணும் இல்லையா?”

“ஆமா, கொஞ்சம் சாப்பிட்டாத் தேவலேன்னு தோணுது.”

“நரமாமிசம் சாப்பிடுவேயா?”

“நரமாமிசமா?”

“அட கிழவா, பயந்து போய்ட்டியே! ஏதோ தென்கிழக்கு ஆசியாவிலிருந்தோ, கிழக்கு ஐரோப்பாவிலிருந்தோ, புத்தம் புதுசாவோ, ஐஸ் பெட்டியில் வைத்தோ வர்ற நரமாமிசம்ன்ட்டு நெனெச்சிட்டியா? இல்லே, எல்லாம் லோக்கல்தான். நம்ம நகர் ‘வணக்கத்துக்கு உரியவர்’ இருக்காரே, அவர் சம்பந்தி நடத்தற ஓட்டல்லே பிரியாணி சாப்பிடுறேயா? சுத்தமான நரமாமிசம். ஓட்டல் பெயர் திருமகள் புலால் சோற்றங்காடி. அங்காடியின் உரிமையாளருக்கும் சுடுகாட்டு தலைமை வெட்டியானுக்கும் உள்ள பொருள் முதல் ஏற்பாட்டின்படி கா வேக்காடு, அரை வேக்காடு சவங்களெல்லாம் நன்கே சிறிதும் காலங்கடத்தலின்றி புலால் சோற்றங்காடிக்கு வந்து விடும். கிழவா, அங்கே போறேயா, இல்லை வாங்கி வரட்டுமா ஆயத்த ஊனுணவை.”

கிழவனுக்குக் கோபம் தாங்கவில்லை. அந்தச் சிறுமியின் இரு கரங்களையும் பற்றி அதன் இரு கன்னங்களிலும் மாறி மாறி அடித்தான். கிழவனின் கரங்கள் வலுவானவை; அவற்றைக் கொண்டு மாறி மாறி சிறுமியின் கன்னங்களில் அறைந்தான். கிழவனின் கையும் புறங்கையும் சிவந்து சோர்ந்த பின்பு, மூடியிருந்த கண்களைத் திறந்து சிறுமி ‘கொல்’லென்று சிரித்தாள். உதாசீனமாகத் தன் பிஞ்சுக் கால் கொண்டு கிழவனின் வயிற்றில் ஓங்கி உதைத்துத் தன்னைத் தானே விடுவித்துக்கொண்டு, இரண்டு கைகளையும் தன் இடுப்பில் மிடுக்காக அமைத்துச் சிரித்து நின்றாள். கிழவனுக்குத் தலை சுற்றியது. ஒரு நங்கை தனது தாலிக்கயிற்றை வெடுக்கென்று அறுத்தெடுத்து அவனது ஆண்குறியில் வீசியெறிவது போன்ற தொரு பிரமை. கிழவன் திடுக்குற்றுக் கண்களை விழித்தான். சிறுமி இரண்டு கைகளையும் கேலிச் சிரிப்பில் தூக்கியவாறே, அவன்முன் நின்றுகொண்டு இருந்தாள். அவளது வலது கைச் சிறுவிரல் துண்டுண்டு இரத்தச் சிவப்பாய் இருந்தது.

“உன் பிஞ்சு விரலில் காணும் சிவப்பு என்ன?” என்றான் கிழவன்.

“என் தாலியை அறுத்தெறிந்தேனே, அதை நீ பார்க்க வில்லையா?” என்றாள் சிறுமி, ஒரு இளநங்கையின் மர்மச் சினத்தோடு.

“நீ யார்?” என்றான் கிழவன்.

“தறி என்னைக் காப்பாற்றவில்லையே; கை ராட்டினம் என்னைக் காப்பாற்ற முடியுமா என்றாளே; அவள் வயிற்றில் பிறந்தவள் நான்.”

“தறியையும், ராட்டினத்தையும் படைத்தவன் அவைதாம் தன்னைக் ‘காப்பாற்றும்’ என்றிருக்கலாமா?” என்று கிழவன் கேட்கவும், சிறுமி அவனருகில் வந்து வெடுக்கென்று அவன் மேல் உமிழ்நீரைத் துப்பிவிட்டு ஓடினாள். கிழவன் சளைக்க வில்லை. ஓடி ஒரே நொடியில் அவளை எட்டிப் பிடித்தான். “கிழவா, இதெல்லாம் எப்போதுமே கொழப்பந்தான்” என்று கூறிவிட்டு அவள் சிரித்தாள். கிழவன் அவளது கைகளை விடுவித்துவிட்டு நகர்ந்தான்.

உண்மையில் இப்போது கிழவனுக்கு இருக்கும் ஆசை யெல்லாம் எங்காவது நிம்மதியாகப் படுத்துறங்க வேண்டும் என்பதுதான். ஆனால் கால்களோ இழுத்தன. மைந்தனைக் காண வேண்டும் என்ற விருப்பம் உள்ளத்திலிருந்து இறங்கி கால்களை ஆட்டி வைத்தது. மீண்டும் நகரின் குறுக்கு நெடுக்கிலே அகப்பட்டுக்கொண்டுவிட்டான். இதென்ன வேடிக்கை! மக்கள் நடமாட்டமே இல்லாத பெரும் பெரும் சாலைகள். சாலைகளின் இருபுறங்களிலும் நெடிதுயர்ந்த கட்டிடச் சுவர்களிளெல்லாம் பெரும் பெரும் எழுத்துகள், ‘அரசனுக்கே உங்கள் வாக்கு’ ‘அரசிக்கே உங்கள் வாக்கு’ ‘மந்திரிக்கே உங்கள் வாக்கு’ ‘படைத் தளபதிக்கே உங்கள் வாக்கு’ ‘அரசனின் ஆசைக் கிழத்திக்கே உங்கள் வாக்கு’ ‘அரசனின் ஆசைக் கிழத்தியின் மகனுக்கே உங்கள் வாக்கு’ ‘அரச குமாரனுக்கே உங்கள் வாக்கு’ ‘அரசகுமாரனின் காதலியின் கள்ளக் காதலனுக்கே உங்கள் வாக்கு’ ‘அரசியின் தம்பி மனைவியின் கள்ளக் காதலனின் மைத்துனனுக்கே உங்கள் வாக்கு’ ‘அரசனின் கோமாளிக்கே உங்கள் வாக்கு’ ‘அரச கோமாளியின் மனைவி யின் தம்பியின் மனைவிக்கே உங்கள் வாக்கு’ ‘உண்மையைப் போற்றுவோர்க்கே உங்கள் வாக்கு’ ‘அரசியின் தங்கையின் கள்ளக் காதலனின் உண்மை மனைவியின் சகோதரனுக்கே உங்கள் வாக்கு’ ‘சோஷலிசத்துக்கே உங்கள் வாக்கு’ ‘ஜன

நாயகத்துக்கே உங்கள் வாக்கு' 'புரட்சிக்கே உங்கள் வாக்கு'
'பிற்போக்குக்கே உங்கள் வாக்கு' 'ஆள்பவருக்கே உங்கள்
வாக்கு' 'ஆளப்போவோருக்கே உங்கள் வாக்கு' 'மன்னனுக்கே
உங்கள் வாக்கு' 'மன்னனின் மக்களுக்கே உங்கள் வாக்கு' –
எத்தனையெத்தனை கோஷங்கள்! அத்தனையும் கண்டு,
படித்து கிழவன் சோரவில்லை. வேகவேகமாக அந்தக் கோஷப்
பாலைவனத்தைக் கடந்தான். இருமருங்கிலும் கோஷங்களைத்
தாங்கிய சுவர்கள் இராக்கதர்கள் போல் நின்றுகொண்டிருக்க,
அவன் விரைந்து நடந்தான். ஆனால் கோஷங்களைத் தாங்கிய
அவ்வெற்றுச் சுவர்களோ, நிமிடத்துக்கு நிமிடம் பலப்பல
வண்ணங்கள் காட்டி திசைமாற்றி, குறுக்கும் நெடுக்குமாய்,
இணைகூடி இணைபிரிந்து இந்திர ஜால வித்தைகள் காட்டின.
கிழவன் ஒரு சிறு உருவமாய் அந்த மாயாஜாலங்களினூடே
சில சமயங்களில் கண்ணிற் படாமலும், சில சமயங்களில்
கண்ணிற் பட்டும், ஒரு சிற்றெறும்பைப் போல வேகமாக
ஓடியோடிப் போகிறான்...

எங்கேதான் சென்றாலும் கிழவனைச் சுற்றியிருந்த
குழப்பம் குறையவில்லை. அலைந்து அலைந்து களைத்துப்
போனான். மகனைக் காண வேண்டுமென்ற ஆசை; ஆனால்
மகனின் பெயர் மறந்துவிட்டது. உருவம் மட்டும் தெள்ளத்
தெளிவாக மனதில் பதிந்திருந்தது. யாரிடம் சென்று என்ன
விசாரிப்பது? கிழவனை யார் சட்டை செய்தனர்? கிழவன்
நடந்தான். நகரின் நெரிசலைக் கடந்து சென்றான். எல்லாரும்
சுற்றுப்புறத்தே கண்களை மூடிக்கொண்டே நடந்தனர். கண்களை
மூடிக்கொண்டே வாகனங்களை இயக்கினர். வேகமாகப்
பறந்தனர். பறந்து மீண்டும் மீண்டும் புறப்பட்ட இடத்தைக்
கடந்தே விரைந்தனர். அனைவரும் பேசிக்கொண்டிருந்தனர்;
யாரும் காது கொடுத்து யாரையும் கேட்கவில்லை. ஒருவரை
யொருவர் சேப்படி செய்துகொண்டனர். தன் பையிலிருந்து
எது போகிறது என்பதைக் காட்டிலும் ஒவ்வொருவரும்
யார் பையிலிருந்து எதை அபேஸ் செய்யலாம் என்பதிலேயே
கவனமாக இருந்தனர். சமயத்தில், யாராவது ஒருவன்
மற்றொருவனை ரகசியமாகக் கத்தியால் குத்திவிட்டு, ஏதோ
தவறி அவன் காலை மிதித்துவிட்டது போல், "சாரி, மன்னிக்க
வேண்டும்" என்று கூறிக்கொண்டே நடந்தான். மாலை
நேரமாதலால் ஆண், பெண் ஜோடிகள் தெருக்களில் பெருத்து
விட்டன. நைசாக, நாசூக்காக ஜோடிகள் ஜோடி மாறினர்.
நாசூக்குக்கு மட்டும் பஞ்சம் இல்லை. இன்னும் சில நிமிடங்
களில் சொல்லி வைத்தாற்போல தெருவிளக்குகள் பட்டென்று
கண்களைத் திறந்து கொல்லென்று சிரித்து நகரையே நீலத்

டெர்லின் ஷர்ட்டும் எட்டு முழ வேட்டியும்...   ✱ 89 ✱

திரையில் ஆழ்த்திவிடும். மேற்கே மலைவாயினுள் விழவிருந்த சூரியனைக் காணக் கிழவன் துடித்தான். நகரின் வெளிப் புறத்தை அடைய வேண்டும் என்ற துடிப்பு. பைத்தியம் பிடித்தவன் போல ஓடத் தலைப்பட்டான். அங்கே நகரின் இடுகாட்டுக்கப்பால் இருந்த பாலைவனத்தில்தான் அவன் அவனது மகனைக் காண முடியும்.

களம் மாறுகிறது. நகரின் ஆரவாரம் ஏதோ கனவில் கேட்ட ஒலியாக மாறி நினைவிலிருந்து நழுவி மறைந்துவிடுகிறது. நகரின் வெண்மையான கட்டிடங்களின் தோற்றம் உருமாறி ஒரு அற்ப மேகச் சுருள் போல் காற்றில் சிதைந்துவிடுகிறது. நடுவானில் அந்தகாரம் கவிந்து கிடக்க, மேலைச் சூரியன் மட்டும் செம்பிழம்பைக் கக்கிக்கொண்டு நீரில் தத்தளித்துக் கொண்டிருக்கும் ஒருவனது பீதியை முகத்தில் எழுதிக் காட்டுகிறது. தரையில் அலை அலையாக மணல். காரிருளில் தன்னந் தனியே மனிதர் சிலர் ரகசியமாக செஞ்ஜுவாலை உலையில் படைக்கலன்கள் தயாரித்துக்கொண்டிருப்பது போன்றதொரு பிரமை. கிழவன் இருள் சூழ தன்னந்தனியே நின்றுகொண்டு அவனது கண்களை விரித்து மேலடி வானத்தைத் தன் பார்வையால் துழாவுகிறான். மிகத் தொலைவிலே இரு சிறு உருவங்கள் தென்படுகின்றன. சூரியனின் செவ்வொளியில் அக்கருவுருவங்களைக் கிழவன் காண முடிகிறது. அந்தப் பாலை மணலில் ஒட்டக நடையில் கிழவன் உருவங்களை அணுகுகிறான். அவன் உருவங்களை அணுகவும், அவை படிப்படியே வளர்ந்து மனித அளவை அடைகின்றன. அவற்றின் கருகிய உடல்களின் மீது சூரியனின் செவ்வொளி பட்டு அவை மாறி மாறி செம்மையையும் கருமையையும் பரிமாறுகின்றன. இரண்டு உருவங்களில் ஒன்றின் கையில் நீண்ட வாள்; மற்றதன் கையில் கூரிய ஈட்டி. இரண்டும் ஒன்றையொன்று எதிர்த்து நின்றுகொண்டிருக்கின்றன. கொல்லன்பட்டறைச் சிவப்பு அவற்றின் உடலில் தகிக்கிறது. பெற்ற நெருப்பை அவற்றின் கண்கள் கக்குகின்றன.

கிழவன் ஒருகணம் தன்னுணர்வு இழந்தான். அவனது மண்டைக்குள் நடந்த அக்காட்சியை அவனால் காணாமல் இருக்க முடியவில்லை. ராணுவ நிர்வாகத் திறமையோடு வேலை ஜரூராக நடந்துகொண்டிருந்தது. பிணங்களை மூட்டை மூட்டையாகக் கட்டி நிறுத்து லாரிகளில் ஏற்றிக் கொண் டிருந்தனர் முகாமின் தலைமை அதிகாரியும், அவரது பிரதம விஞ்ஞான ஆலோசகரும். முகாம் அமைத்து இரண்டு ஆண்டு களாகியும், இதுவரை தத்தம் அறைகளை விட்டு வெளியே வராதவர்கள், முதல்முறையாக, வழக்கத்துக்கு மாறாக ஓய்வு

கொள்ளும் நிதானத்தோடு, வரிசை வரிசையாக நின்றுகொண் டிருந்த லாரிகளின் அருகே வந்து நின்றனர். "திட்டக் குறிக் கோளை எட்டிவிட முடியுமா?" என்கிறார் தலைமை அதிகாரி. "நிச்சயம் முடியும். இதே வேகத்தில் கால்சிய உப்புகள் மட்டும் வருடத்துக்கு ஐம்பது லட்சம் டன் தேறும். அது மட்டுமல்ல. அமிலச் செலவை இரண்டு சதவீதம் உயர்த்தி நைட்ரஜன் உப்புகளின் உற்பத்தியைப் பத்து சதவீதம் உயர்த்த முடியும்" என்றார் விஞ்ஞான ஆலோசகர். திடீரென்று அபாய அறிவிப்புச் சங்கு முழங்கவும் இருவரும் குடுகுடுவென்று பாதுகாப்புக் கிடங்கை நோக்கி ஓடினர். கிழவனுக்குத் தன்னுணர்வு வந்தது. "நில்" என்று உரக்கக் கூவினான். நீரிற் காணும் நிழற் சூரியனைப் போல் அடிவானத்துச் சூரியன் சிலிர்த்தது. இரு உருவங்களும் திகைத்ததுபோல் ஒருகணம் செயலற்று நின்று விட்டு கிழவனை நோக்கியவண்ணம் இரண்டும் நெருங்கின. நெருங்கி ஒன்றாக இணைந்து, ஒரு கையில் வாளும், மறுகையில் ஈட்டியுமாக, இரு கண்களும் அனலைக் கக்கியவண்ணம், ஒன்றாகிவிட்ட உருவம் கிழவனை வெறித்து நோக்குகிறது.

"மைந்தா! உன்னைக் கண்டேனே!" என்கிறான் கிழவன்.

"யார் உன் மைந்தன்?" என்றிரைகிறது உருவம்.

"நீதான் என் மைந்தன். உன்னைத் தேடித் தேடி என் கால்கள் சோர்ந்துவிட்டன. உன்னைக் காணாது என் இமை களை மூட முடியவில்லை. அந்த வாளும் ஈட்டியும் எதற்கு?"

உருவம் சிரித்தது.

"சட்டப்படி எனக்கு இப்போது தகப்பன் கிடையாது. நான் அவ்வுறவை ரத்து செய்துகொண்டதற்குச் சாட்சியாக உயர் நீதிமன்றத்தின் தீர்ப்பு என்னிடம் உள்ளது."

"ஆம், உறவை முறித்துக்கொள்ளலாம். ஆனால் நினைவை அகற்ற முடியுமா? நான் உனக்குப் பேசக் கற்றுக் கொடுத்தேனே, அந்த நினைவை நீ அழிக்க முடியுமா?"

"பைத்தியக்காரக் கிழவா! நினைவுகள் வெறும் கற்பனை யாக இருக்கலாமே? நித்தியமான உறவுகளே கிடையாது. காலாவதியான உறவுகளை வலிய நீடிக்க வைக்கும் நினைவின் சர்வாதிகாரத்தினின்றும் மனிதனைக் காப்பாற்றத்தான் சட்டங்களும், சட்ட மன்றங்களும், வழக்கு மன்றங்களும் தோன்றியுள்ளன."

"மகனே கேள்! நீ இன்று பேசுவதே நினைவின் விந்தை தான். இப்போது எவ்வளவோ உருமாறியிருந்தாலும், நீ பேசும்

மொழி நான் கற்றுத் தந்த அதே மொழிதான். எனக்கு நன்றாக நினைவிருக்கிறது. அன்றொரு நாள் காலையில், நம் குடிலுக்கருகே, இனிய மாங்கனிகள் பழுத்துத் தொங்கும் அந்த மரத்தடியில், பசுமையான வயல்கள் நம்முன் நெடிது விரிந்து கிடக்க, இனிமையான ஒளி நிறைந்த அமைதி நிலவிய அந்நேரத்தில், நான் கற்றுத் தந்த சொற்களுக்கு நீ தேமதுர மழலை வடிவம் தந்தாய். அதே நாள் மாலை, கருமேகங்கள் வானைச் சூழ்ந்து, இடியும், மின்னலும், புயற்காற்றும் உலகைச் சோதித்து விளையாடி, பேய்மழையைப் பொழிந்த நேரத்தில், அப்பேய்மையின் நர்த்தனத்தின் நடுவிலும் நான் உனக்கு எனது எளிய சொற்களைக் கற்றுத் தரவில்லையா? ஆம், பேரமைதியினூடும், பேரரவத்தினூடும் நான் உனக்குப் பேசக் கற்றுக் கொடுத்தேன்."

"கிழட்டுப் பைத்தியமே! நான் சொல்வதை நன்றாகக் கேள். நான் இன்று பேசுவது நீ கற்றுத் தந்த மொழியல்ல. உன்னுடைய அர்த்தமற்ற சொற்களின் வெறுமையிலிருந்து என்னை நான் என்றோ மீட்டுக்கொண்டுவிட்டேன். உன் கற்பனை உருவாக்கிய உன் மைந்தன் மறைந்துவிட்டான். உன்முன் இப்போது நிற்பவன் தனது நினைவுகளை சம்கரித்து விட்டவன்."

"மைந்தா! நீ சொல்லும் ஒவ்வொரு சொல்லும் நீ இன்னும் உனது நினைவுகளிலிருந்து மீளவில்லை என்பதை உணர்த்த வில்லையா? வாழ்வுப் போதைக்கு ஆளாகாது வாழ்வின் இனிமையை அறி என்றேனே நினைவில்லையா? மலை போன்ற லட்சியங்களால் மருண்டுவிடாது, வயிற்று வலியால் துன்புறும் குழந்தைகளுக்கு நிவாரணம் தாவென்றேனே? கிழிந்த செருப்பைச் செப்பனிட முடியாதவன் இடிந்த வீட்டைக் கட்ட முடியாதென்றேனே? நீ எனது கீரைப் பாத்திகளைப் பார்த்து எள்ளி நகையாடினாய்; இன்று உன் மலர்த்தோட்டங்கள் வாடிச் சருகாகிவிட்டனவே! தெரிந்த பொருளை உதாசீனப் படுத்தி தெரியாத பொருளுக்காகக் குழம்பி நிற்கிறாய். அடுத்த அடி எதுவென்றறியாத நிலையில் நீண்ட நெடுஞ்சாலையின் முடிவைக் கற்பனை செய்து பார்க்க முயலுகிறாய். அச்சங்களும் விபரீத ஆசைகளும் உன் வாழ்வைச் சூறையாட, உன் வாழ்வின் வெறுமையை அந்த வாளும் ஈட்டியும் போக்க முடியுமா?"

"கிழவா! விரைவில் இவ்வாளால் உன் கழுத்தை வெட்டி, இவ்வீட்டியைக் கொண்டு உன் உடலைக் குத்தியெடுத்து உனது பெருமையை உலகு உணரச் செய்வேன். ஆனால் நீர்தாம் இருக்கையை, இல்லை வாழ்வை, இல்லை இல்லை,

ஜி. நாகராஜன்

மானுட மன உணர்வின் எல்லையை அறிந்தீர் என்று நான் ஒப்புக்கொள்ள முடியாது. எனது மலர்த்தோட்டங்கள் சருகாகி விட்டன என வருந்தினீர்கள். அழகைப் படைக்கத் தலைப் படுவது தவறா? என்னை நீங்கள் வாளோடும் ஈட்டியோடும் கண்டது ஒரு தற்செயலான நிகழ்ச்சி. வேறு சந்தர்ப்பங்களில் நீங்கள் என்னைச் சந்தித்திருந்தால், மலர் மாலையோடும், கவிதை ஏடோடும், வீணை கானத்தோடும், ஒளியின் கதியோடு விரையும் துகட்களோடும், முறை தவறாது இப்பூமியைப் போலவே சூரியனை வலம் வரும் செயற்கைக் கோளோடும் சந்தித்திருப்பீர். நான் மூடன். நான் வீணன். ஆனால் என்னிலும் மீறிய சக்தியொன்று என்னை, என்னையும் கடந்து எங்கோ கோடி கோடி காதங்களுக்கு அப்பால் இட்டுச் செல்கிறது."

அவ்வுருவம் கூறியபடியே வாளால் கிழவனின் தலையை வெட்டியெறிந்துவிட்டு, ஈட்டியால் அவன் உடலைக் குத்தி யெடுத்து மேல்வானக் கருமையில் ஈட்டியை நேர் செங்குத் தாகப் பிடித்து நின்றது. அப்போதுதான் ஆயிரமாயிரம் பேர்கள் பலவகை மாமிசங்களையும் தங்களது முட்கரண்டிகளைக் கொண்டு குத்தியெடுத்து வாயிலிட்டு மென்றுகொண்டிருந்தனர். அப்போதுதான் சில வைத்தியர்கள் ஒரு பிணத்தினுள் பிராண வாயுவைச் செலுத்தி அதனை மீண்டும் நினைவு பெற்றெழச் செய்ய முடியுமா என முயன்றுகொண்டிருந்தனர். அப்போது தான் சில விஞ்ஞானிகள் மனித திட்டத்தையும் மீறித் தோன்றி விடும் கருவைச் சிதைக்க இலட்சிய முறையை ஆராய்ந்து கொண்டிருந்தனர். அப்போதுதான் தகப்பனைக் கொன்று விட்ட இளைஞன் ஒருவன் தான் கொன்றது உண்மையில் தன் தகப்பன் இல்லை என்று நிரூபிப்பதற்காக, தன் தாய் ஒழுக்கம் கெட்டவள் என்று கோர்ட்டில் நிரூபித்து முடித் திருந்தான். அப்போதுதான் . . . அப்போதுதான் . . . அப்போது தான் . . . அப்போதுதான் . . . அப்போதுதான்!

***கணையாழி*, ஜனவரி 1972**

பூவும் சந்தனமும்

விடிந்தால் மகளுக்குக் கல்யாணம். தாரை, தப்போடு கல்யாணம். இப்போதுதான் அவன் முனிசாமிக்கு அச்சாரம் கொடுத்து வந்தான். "தப்பு எப்படீ இருக்கணும் தெரியுமா?"

"மே வீட்டுப் பெட்டை அளூதுடும்" என்றான் முனிசாமி.

"ஏம் புள்ளே எல்லாம் ரெடிதானே?" என்றான் மூப்பன்.

"பூவு, சந்தனம் வாங்கிக்க. ஆட்டை அடிச்சு உரிச்சா கசாப்புக்காணும். இருந்தாச்சிம் கொஞ்சம் ஈரக்கறி கெடச்சா வாங்கிக்க."

"அதென்ன பெசலா ஈரக்கறி?"

"எல்லாம் காரியமாட்டுத்தான் சொல்றேன். மாப்ளேக்கு ஈரல்னா கொண்டாட்டமாம். ராவுலே மாத்துக்கு ஒரு வாட்டி சிஞ்ஜர் சாப்ட்டு ஈரக்கறி தின்னுவாராம்."

"அடி சக்கை, மாப்ளே சிஞ்ஜர் குடிப்பானா?"

"டவுன்காரராச்சே! பட்டைக்கு எங்கே போவாரு?"

"எனக்கும் ரோசனை உண்டு. நானும் சொதியாங்கிட்டே ரெண்டு பாட்லுக்கு சொல்லி வெச்சிருக்கேன். மாப்ளே வேண்டான்னா இருக்கவே இருக்காங்க சவுரியும் முத்துவும்."

மூப்பனுக்கு ஜிஞ்ஜர் நினைவு எழுந்தது. அவனும் டவுனுக்குப் போனால் எப்போதாவது ஒரு முறை 'விஜயா மெடிக்கல்ஸ்'சுக்குள் நுழைவான். மீசையைத் தடவிக்கொண்டு பணத்தைக் கொடுத்துவிட்டு, "போகலாமா" என்பான். "சும்மா போ" என்பார் முதலாளி. 'ஓட்டல் வீனஸ்'சில் ஒரு கறிப் பொட்டலமும் அவிச்ச முட்டையும் வாங்கிக்கொண்டு ஊர் வந்து சேர்வான். அன்று பேச்சிக்குக் கொண்டாட்டம்தான். "ஒரு புடி புடிச்சிருக்கே போல்ருக்கு" என்று சொல்லிக்கொண்டே ரவிக்கையை இழுத்து முடிவாள். "அய்ய!" என்று கொண்டே தலையில் அடித்துக்கொள்வாள் ராக்காயி.

"இந்தக் களுதைக்கு யார் சொன்னது, மாப்ளே சிஞ்ஜர் குடிப்பானிட்டு, கேக்கலேயே" என்று சொல்லிக்கொண்டே, 'விஜயா மெடிக்கல்ஸ்'சுக்குள் நுழைந்தான் மூப்பன். 'சாரதா மெடிக்கல்ஸ் இன்னும் வசதியான இடம். ஆனா அங்கே ஸ்பிரிட் கலக்கிறாங்களாம். வவுறு எரிஞ்சுபோயிடும்.'

"யேன்யா, சாதாரணமா வரதுதானே? தேவடியாக்குடிலே பூர்ற மாதிரி பம்மறே?"

"நாளெக்கு மகளுக்கு கண்ணாலம். ஒளுங்கா ஊர் போய்ச் சேரணும்."

"எல்லாம் ஒளுங்கா போய் சேருவே. தைரியமா இரு."

வழக்கமான மூன்று அவுன்சுக்குப் பதில் நாலு அவுன்சு கேட்டான். மாமூலாகத் தண்ணீர்தான் கேட்பான். அன்று லைம் ஜூஸ் கேட்டு வாங்கிக்கொண்டான். புதுக்கடை ஷீலா ஸ்டாலில் பயறு வாங்கி வந்திருந்தான். அதைக் காலி பண்ணிய பிறகு அவனுக்குப் பேச்சியின் நினைவு வந்தது. 'உனக்கு வெக்கம் மானமில்லே?' பேச்சி அவன் தலையில் ஒரு போடு போட்டாள். 'அய்ய!' ராக்காயி தலையில் அடித்துக் கொண்டாள். 'எசமானி பாத்து எதுவும் அடிக்கலாம் ஒதெக்கலாம்.'

பணத்தைக் கொடுத்துவிட்டு, "போகலாமா மொதலாளி?" என்றான். நாலு எட்டு வந்திருப்பான். வெள்ளை வேட்டி, வெள்ளை ஷர்ட், வெள்ளை முண்டாசோடு ஒரு ஆள் அவனை, "நில்லுடா... வாயெ ஊது" என்றான். "எசமான், நாளெ ராக்காயி கண்ணாலம்" என்றான் மூப்பன். "ஊதுராக் கழுதை." மூப்பன் இடது கையால் இடுப்பைத் துழாவினான். அவன் கையில் படீரென்று ஒரு அடி விழுந்தது. "பிச்சைக்காரப் பய, வாடா ஸ்டேஷனுக்கு." மூப்பன் பிடரியில் ஒரு அடி தொடர்ந்தது. 'அத்தெ மக செகப்பி புருசனெ பந்தாடி வீசியெறிஞ்சேன்.'

லாக்கப் கம்பிகளின் பின்னால் நின்றுகொண்டிருந்தான் மூப்பன். நாளை ராக்காயிக்குக் கண்ணாலம். அந்தக் குஷியில் விஜயா மெடிக்கல்ஸ்சுக்குள் நுழைந்துவிட்டான். லாக்கப்பில் பூவும் சந்தனமும் 'கும்கும்' என்று மணத்தன.

சப் இன்ஸ்பெக்டரைப் பார்க்க ஒரு மனிதர் வருகிறார்.

"மலேயா பாஸ்போடுக்கு அப்ளை பண்ணியிருந்தேன். அது விஷயமா எதுவும் கேட்டு வந்திருக்கா?"

"இல்லையே சார், வந்திருந்தா ஆள் அனுப்பியிருக்க மாட்டேனா?"

"இனிமே பர்மனென்ட்டா எஸ். ஐ.தானே?"

"எப்படி சார் சொல்றது? இன்னைக்கு எஸ். ஐ. நாளெக்கு எச். சி. இப்படித்தான் பொளப்பு ஓடுது."

"கொண்டு வரணும்னு நெனச்சிருந்தேன், மறந்துட்டேன். ஒரு பெரிய ஆர்லிக்ஸ் பாட்டில் வீட்லே வம்பாக் கிடக்குது."

"அதுக்கென்ன? நாளெக்கு கந்தனெ வீட்டுக்கு அனுப்பறேன்."

"மதுரைக்குப் போனா – போயிட்டு வாங்க – ஆபீஸ்லே பாத்து நம்ப அப்ளிகேசனெச் சீக்கிரம் தள்ளிவிடுங்க."

"கட்டாயம் செய்றேன்."

வந்தவர் எழுகிறார். "அந்த ஆர்லிக்ஸ் பாட்லே . . ." என்று இழுக்கிறார் எஸ். ஐ. "யாருக்கும் தரமாட்டேன்; உங்களுக்குத் தான்" என்கிறார் சேவுக பிள்ளை.

எஸ். ஐ. ரைட்டர் பக்கம் திரும்புகிறார்.

ரைட்டர் ஏதோ எழுதிக்கொண்டிருக்கிறார். இரண்டாம் கிளாஸ் பையனைப் போல எழுத்துகளையும் எண்களையும் வலிந்து உருவாக்கி எழுதிக்கொண்டிருக்கிறார். கம்பிகளுக்குப் பின்னால் மூப்பன் படுத்துக் கிடக்கிறான். நாளெ ராக்காயிக்குக் கண்ணாலம். 'அடி சக்கே, மாப்ளே சிஞ்ஜர் குடிப்பானா! நாளெ, பேச்சி என்ன செய்வாள்?'

"கீளெத் தெரு செம்பகம் கொடுத்த லிப்டுத்தானே சேவுக பிள்ளைக்கு?"

"கௌடி செம்பகமா?" என்றார் ரைட்டர், ஏதோ கணக்கு வழக்கைப் பார்த்தமாதிரி.

"அவதான், அந்த நாளுலே செம்பகம் நாடகத்திலே நடிச்சிட்டிருந்தா. யெவன் யெவனோ அவ கால்லே விளுந்தான்.

அவ என்னவோ, சின்னப் பய சேவுகங்கிட்டே விளுந்தா. அவ பணத்தெ வச்சுத்தானே இவன் பிசினெஸ் ஆரம்பிச்சான்! அந்த நாளுலே இவனெ பொடிச் சேவுகம்னு வாங்களாம்."

"ஆர்லிக்ஸ், ஆர்லிக்ஸ்ன்னு எம்பொஞ்சாதி உசிரெ எடுக்குது" என்கிறார் ரைட்டர்.

"அட போயா. அவன் ஆர்லிக்ஸ்ன்னு சொன்னானு, நீயும் பேத்த ஆரம்பிச்சுட்டே. சேவுக பிள்ளைக்கு ஆர்லிக்ஸ்ன்னா பிராண்டீன்னு அர்த்தம். கொளும்புலேந்து கொண்டு வரானோ பாண்டியிலேந்து கொண்டு வரானோ, ஒண்ணும் புரியலே. ஆனா நல்ல பிஸினெஸ்."

"அய்யோ, பிராண்டியா? பிராண்டீன்னா என் சம்சாரம் உசிரெ விட்டிருமே!" என்கிறார் ரைட்டர். வாய்க்குள் ஒரு குருட்டு ஈ புகவும் அவர் "தூ தூ" என்று துப்புகிறார்.

"சர்தான்யா, உன் சம்சாரம் எதுக்குத்தான் உசிரெ விடமாட்டா? ஆமாம், அந்த வெண்ணெய்க் கடைக்காரன் இன்னும் வீட்டுக்கு வந்து போய்ட்டுத்தானே இருக்கான்?"

"இருக்கான்னு தோணுது, இல்லேன்னும் தோணுது. ஆக்ஷன் எடுக்கலாம்னா ஐ விட்னஸ் அமையமாட்டேங்குதே!"

"ஆமையா, நீயும் மூணு வருஷமா ஐ விட்னஸ்னுதான் சொல்லிட்டிருக்கே! நல்ல ஆம்ளே! வெக்கமில்லையா உனக்கு?"

பின்புறம் லாக்கப்பின் கம்பிகளூடே ஒரு குரல் வருகிறது.

"எசமான், தண்ணி தவிக்குது. கொஞ்சம் தண்ணி ஊத்தறீங்களா?"

ஒரு நாற்காலி பின்புறம் 'சரக்'கென்று நகர்கிறது. "நான் சென்ஸ், இடியட், ப்ளடிஃபூல்" என்று கத்திக்கொண்டு சீட்டிலிருந்து பாய்கிறார் ரைட்டர்.

"இது என்ன பூ வாடை மணக்குது?" என்கிறார் சப் இன்ஸ்பெக்டர்.

ஞானரதம், **பிப்ரவரி 1972**

ஜுரம்

தலைவலி என்று சொன்னாள். தலைவலியாகத்தான் இருக்க வேண்டும்; கோபமாக இருக்க முடியாது. இல்லாவிட்டால் தலையைச் சுற்றி இறுக அந்தத் துணியைக் கட்டியிருக்கமாட்டாள். காபியை அவன் கையில் கொடுத்துவிட்டு சற்று மெதுவாகவே அடுக்களைக்குள் சென்றாள். தங்கராஜு காபியைப் பார்த்தான். கடுங்காபி. "பால் இல்லையா?" என்று கேட்க வாயெடுத்தவன், பல்லைக் கடித்துக்கொண்டான். காபிக்கெல்லாம் ஒரே ருசிதான். பால் இருந்தால் என்ன, இல்லாவிட்டாலென்ன? காபியைக் குடித்துவிட்டு மெதுவாக அடுக்களைப் பக்கம் சென்று நிலையில் நின்றான் தங்கராஜு. அவள் சுருண்டு படுத்திருந்தாள்.

"ஜொரம் இருக்கா?"

அவள் பதில் பேசாது முனகினாள். தங்கராஜு அருகே சென்று குனிந்து அவள் கன்னத்தைத் தொட்டுப் பார்த்தான். அவள் சட்டை செய்யவில்லை. ஜுரம் இருப்பதாக அவனுக்குப் படவில்லை. இருந்தாலும், "சல்படைசின் வாங்கி வரட்டுமா?" என்றான். "ஒண்ணு இருந்திச்சு; சாப்பிட்டேன்" என்று சொல்லிவிட்டு அவன் முகத்தில் விழிக்க நேரிடுமோ என்று அஞ்சுவது போல் முகத்தை வேறுபக்கம் திருப்பிப் படுத்துக் கொண்டாள்.

"ஒண்ணு சாப்பிட்டா போதாது, ஸ்ட்ராங் டோசா ரெண்டு தின்னுடணும்" என்றுவிட்டு, "மாத்திரை வாங்கிட்டு வரட்டுமா?" என்றான் தங்கராஜு.

“ஒண்ணும் வேண்டாம், பாத்துக்கலாம்” என்றாள் அமிர்தம்.

தங்கராஜு அவளை விட்டு நகர ஆரம்பிக்கவும் அவள், “இன்னைக்கு ஒங்களுக்கும், கொழெந்தைங்களுக்கும் ஆச்சி கடேலேந்து இட்லி வாங்கிக்கங்க” என்றாள்.

“அய்யோ எங்கிட்டே வள்ளிசாக் காசு இல்லேயே!” என்றுவிட்டான் தங்கராஜு. அவள் பதில் பேசுவதற்கு முன்னால், “காலேலே இருந்த அஞ்சு ரூபாயும் வட்டிக்குப் போயிரிச்சு” என்றான்.

“வட்டிக்குப் போச்சா, இல்லே வட்டத்துலே விளுந்ததா?”

“என்ன உளர்றே? இந்நேரம் எப்படி வட்டத்துலே விளும்? ஸ்கூல் முடிஞ்சதும் நேர வீட்டுக்குத்தானே வர்றேன்.”

“நான்தான் கேள்விப்படறேனே; ஸ்கூல்லேயுந்தான் கூத்தடிக்கறீங்களாமே?”

“சரி சரி, ரொம்பக் கண்டிட்டே.”

தங்கராஜு கோபத்தோடு நடுவறைக்கு வந்து சட்டையைக் கழற்றினான்.

“இந்தச் சனியன்க எங்கே?” என்று உரக்கக் கத்தினான்.

“நான் இந்தக் கண்றாவியெல்லாம் காண வேறெ வேணுமா? அதுதான் போற வரவங்கெல்லாம் சொல்றாங்களே” என்று அமிர்தம் பேச்சைத் தொடர்ந்துகொண்டிருந்தாள்.

அடுத்த நாள் காலையில் ஆறு மணி சுமாருக்கு எழுந் திருந்த தங்கராஜுவுக்கு வழக்கம்போல மூலைக்கடைக்குச் சென்று ஓசிப் பத்திரிகை பார்த்து வரவேண்டும் என்ற ஆசை. அமிர்தத்தின் உடல்நிலை எப்படி என்று தெரிந்துகொண்டு போனால் நல்லது என்று பட்டது. வெளித்திண்ணையிலிருந்து பாயைச் சுருட்டிக்கொண்டு வந்தவன் அடுக்களைக்கு வந்தான். அமிர்தம் எழுந்து உட்கார்ந்திருந்தாள். இன்னும் தலைக் கட்டை எடுக்கவில்லை. சாப்பிட உட்காருவது போல் குனிந்து உட்கார்ந்திருந்தாள். “இப்ப எப்படி இருக்கு?” என்றான் தங்கராஜு, சற்று பயத்தோடு. ஆனால் சற்றே சௌஜன்யக் குரலில் – நாம ரெண்டு பேரும் இனிமே சேத்தி என்பது போல. “பரவாயில்லை. நீங்க பத்திரிகை பாத்திட்டு வாங்க” என்றாள் அமிர்தம். அவளுக்கருகே சிறிது நேரம் உட்கார்ந்து விட்டுச் செல்ல வேண்டும் போல் இருந்தது தங்கராஜுவுக்கு. அதுதான் மரியாதையுங்கூட. இருந்தாலும் அவள் கடந்த

இரவு அவன்மீது சாத்திய அபாண்டக் குற்றச்சாட்டு நினைவுக்கு வரவே, “உம்” என்றுவிட்டு நகர ஆரம்பித்தான்.

“நேத்து சாப்பிட்டீங்களா?” என்றாள் அமிர்தம்.

“உம்” என்றான் தங்கராஜு.

“காசு ஏது?”

“அதான் நீ சொன்னேயே பெட்டீலே ரெண்டு ரூவா சொச்சம் வச்சிருக்கிறதே”

“உம், சொன்னேனா, அதுகூட நெனெப்பில்லே. எவ்வளவு இருந்திச்சு?”

“ரெண்டு ரூபாயும் அறுபத்து மூணு காசும்.”

“சரி, போய்ட்டு வாங்க. தோசெ மாவு கொஞ்சம் வீட்லே இருக்கு. ரெண்டு சுட்டுத் தர்றேன். கடேலேந்து வரும்போது வாழக்காய், கீரை எதாச்சும் வாங்கிட்டு வாங்க” என்றாள் அமிர்தம்.

“உம்” என்றான் தங்கராஜு.

“சில்லரை இருக்கா?” என்றாள் அமிர்தம்.

“அதான் நேத்துப் பணத்திலே பாக்கியிருக்கே” என்றான் தங்கராஜு.

“அம்மாடி, இப்பத்தான் கொஞ்சம் தேவலை” என்று முனகிக்கொண்டே, ஒரு கையைத் தரையில் ஊன்றி எழுந்து நின்றாள் அமிர்தம். அவள் தலைக்கட்டை அவிழ்க்க முடிச்சை இழுக்கவும், கீழே விழும் நிலையில் தள்ளாடினாள். தங்கராஜு அவளை ஆதரவாகப் பிடித்துக்கொண்டான். அவள் கட்டை அவிழ்க்கவும் தங்கராஜுவுக்கு ஆறுதலாக இருந்தது. அவன் ஏதோ தனது பொறுப்பை ஆற்றிவிட்டது போன்றதொரு உணர்வு! அமிர்தத்திடம் அன்பாக ஏதாவது சொல்லலாமா என்று பார்த்தான்; ஒன்றும் தோன்றவில்லை.

ஞாயிற்றுக்கிழமையாதலால் பத்திரிகையைப் படித்து முடிக்க சற்று அதிக நேரம் ஆயிற்று. தங்கராஜு தன் கடையில் நின்றுகொண்டு ஓசிப் பத்திரிகை படிப்பதை மூலைக் கடைக் காரர் ஒரு பெருமையாகவே கருதினார். தங்கராஜு ஊரிலே ஒரு குட்டி அரசியல்வாதி. தொடக்கப் பள்ளி ஆசிரியர் சங்கச் செயலாளர். மேலும் அவன் எழுதும் கதை, கவிதை எப்போதாவது ஒருமுறை ‘புதுயுகம்’ பத்திரிகையில் வெளி வரும். வருடம் ஒருமுறையாவது சென்னை சென்று வருவான்.

இப்போது எட்டரை மணிவரை பத்திரிகை படிப்பதிலும், குட்டி அரசியல் சர்ச்சைகள் நடத்துவதிலும் கழித்துவிட்டு, காய்கறிக் கடைப்பக்கம் சென்றான். வழக்கம் போல் கடன் சொல்லி வாழைக்காயை வாங்கிவிட்டு, காசு கொடுத்து நாலு சிகரெட்டுகள் வாங்கிக்கொண்டு வீடு வந்து சேர்ந்தான்.

ஊர்க் கிணற்றிலிருந்து தண்ணீர் எடுத்து வந்து, குளித்து விட்டு, அமிர்தம் தோசை சுட்டுக்கொண்டிருந்தாள். பரமசிவம் எழுந்ததும் எழாததுமாக விளையாடச் சென்றுவிட்டான். கல்பனா அரைகுறையாய்ச் சுருட்டப்பட்டிருந்த அழுக்குப் பாயில் உட்கார்ந்துகொண்டு பரமசிவத்தின் பட்டத்தைச் செப்பனிட்டுக்கொண்டிருந்தாள். மூன்றாவது குழந்தை பாரதி நாதன் இன்னும் அவளருகே உறங்கிக்கொண்டிருந்தான். நாற்காலியில் உட்கார்ந்துகொண்டு தங்கராஜு பையிலிருந்த சில்லறையை எடுத்துச் சரி பார்த்தான். என்ன கணக்குச் சொன்னா லும் டீ சாப்பிட்ட பத்துக் காசை ஒத்துக்கொள்ளத் தான் வேண்டும் என்ற முடிவுக்கு வந்தவனாய் அடுக்களை நிலையில் வந்து நின்றான்.

அமிர்தத்தைப் பார்க்கும்போது ஒரு வகையில் பரிதாப மாக இருந்தது. அடுப்பு சரியாக எரியவில்லை. புகை மூட்டத்தில் தற்காலத்து வேள்வி மகள் போல் உட்கார்ந்திருந்தாள்.

“நேத்து எனக்கு தூக்கம் இல்லே” என்று ஆரம்பித்தான் தங்கராஜு.

சட்டிமாவைக் கிளறிவிட்டுக் கொண்டிருந்தாள் அமிர்தம். “காலேலே லேசாத் தலைவலிகூட ...” என்றிழுத்தான் தங்கராஜு.

அமிர்தம் ஒரு கரண்டி மாவைச் சூடேறிய தோசைக் கல்லில் பரப்பினாள்.

தங்கராஜு சற்று அருகே சென்று உட்கார்ந்துகொண்டான்.

“எந்தலைவலி ஒங்களுக்கு வந்திரிச்சா?” என்று கேட்டாள் அமிர்தம்.

“அப்படித்தான் போல, காலேலே ஒரு டீ அடிச்சப்பெறகு தான் இப்பத் தேவலை” என்றான் தங்கராஜு.

“அதனாலென்ன?” என்றுவிட்டுத் தோசையைத் திருப்பிப் போட்டாள் அமிர்தம்.

பகல் ஒரு மணிக்கு தங்கராஜுவும் சகாக்களும் நாயுடுவின் தோப்பில் சீட்டு ஆடிக்கொண்டிருந்தனர். தங்கராஜு கை யிலிருந்த இரண்டு ரூபாயையும் தோற்றுவிட்டு, ஒரு ரூபாய்

கடனும் சொன்ன பிறகு ஆட்டத்திலிருந்து விலகிக்கொண்டு மற்றவர்கள் விளையாடுவதைப் பார்த்துக்கொண்டிருந்தான். பரமசிவம் அவனைத் தேடி வந்து கொண்டிருந்தான். அவன் வரும் மாதிரியைப் பார்த்தால் சாதாரணமாகத்தானிருந்தது. அவன் அருகே வரவும், "அம்மா அனுப்பிச்சாங்களா?" என்றான் தங்கராஜு அவனிடத்து.

"இல்லை" என்று தலையசைத்தான் பரமசிவம்.

"பின்னே இங்கே ஒனக்கு என்ன வேலை?" என்று அதட்டினான் தங்கராஜு.

"அம்மாவுக்கு மேலுக்கு சொகமில்ல. சோறாக்கி வச்சிட்டு படுத்துக் கிடக்குது. அய்யோ அம்மான்னு அலறுது" என்றான் பரமசிவம்.

தங்கராஜு எழுந்திருந்தான். அவன் எழுந்திருந்ததைப் பார்த்ததும், "பிரதர் நம்மளே கொஞ்சம் கவனிச்சிக்க" என்றார் கம்பவுண்டர்.

"எல்லாம் சாயந்திரம்" என்றுவிட்டு வேகமாக பரமசிவத்தோடு வீட்டை நோக்கி நடந்தான் தங்கராஜு. வழியில் எங்கோ பரமசிவம் தகப்பனாரை விட்டுப் பிரிந்தான்.

அமிர்தம் நடுவறையில் படுத்துக் கிடந்தாள். மீண்டும் தலையில் கட்டு. மல்லாந்து கைகளையும் கால்களையும் அகல விரித்துப் படுத்துக் கிடந்தாள். வீட்டில் வேறு யாருமில்லை. பாரதிநாதன் மட்டும் தாயாரின் மீது சாய்ந்து உட்கார்ந்து கொண்டு தனது ஒரு கையால் அமிர்தத்தின் நெஞ்சைத் தட்டிக்கொண்டிருந்தான்.

"என்ன அமிர்தம், என்ன?" என்றான் தங்கராஜு. அவன் குரலில் அனுதாபமும் கலக்கமும் இருந்ததோடு 'ஏன் இந்த எழவெல்லாமே?' என்ற சலிப்பும் இருந்தது.

"அய்யோ" என்று அலறிக்கொண்டு உடலைத் திருக்கி ஒரு புறமாக அரையளவுக்கு எழுந்துவிட்டு மீண்டும் பொத்தென்று தரையில் சாய்ந்தாள் அமிர்தம்.

"என்ன அமிர்தம், என்ன?" என்றான் தங்கராஜு, குனிந்து அவளது கன்னத்தைத் தொட்டவாறே.

"அய்யோ, அய்யோ, ஒடம்பெல்லாம் பிச்சுப்பிடுங்குதே" என்று அழுதாள் அமிர்தம்.

"பச்சத் தண்ணிலே குளிச்சே இல்லே?" என்று கேட்க வாயெடுத்த தங்கராஜு பற்களை நெரித்துக்கொண்டான்.

"கம்பவுண்டரே கூட்டியாரட்டா?" என்றான் தங்கராஜு உட்கார்ந்துகொண்டு, அமிர்தத்தின் கைகளையும் கன்னத்தையும் தொட்டவாறே.

தகப்பனை அடையாளம் கண்டுகொண்டு விட்டதுபோல், "அப்பா" என்றிளித்தான் பாரதிநாதன். அமிர்தம் தலையை அசைத்தாள். தங்கராஜு தலை தெறிக்க நடந்தான்.

தோப்பில் கம்பவுண்டர் இல்லை. "மூணு ரூவாக் கெலிப் போடெ கம்பி நீட்டிட்டார்" என்றார் வாத்தியார் சோமு.

'கம்பவுண்டர் எங்கே போயிருப்பாரு?' என்று பொதுப் படையாக அனைவரையும் கேட்டான் தங்கராஜு. நான்கு பேரும் ஆட்டத்தில் மூழ்கியிருந்தனர். ஒரு நிமிடம் கழித்து அப்போதுதான் ஆட்டத்திலிருந்து வாபசான சேது, "கம்பவுண்டரா? ஒண்ணு ஸ்டெப்பிணி வீட்லே இருக்கணும், இல்லாட்டி மருந்துக்கடேலே இருக்கணும்" என்றான்.

மருந்துக் கடைக்கு நடந்தான் தங்கராஜு. கடை அரை குறையாய் திறந்து கிடந்தது. கடைக்காரரும் கம்பவுண்டரும் உள்ளே முறுக்கை நொறுக்கித் தின்றுகொண்டே சுவாரசிய மாகப் பேசிக்கொண்டிருந்தனர். தங்கராஜு விஷயத்தை கம்பவுண்டரிடம் சொன்னான். மேஜையிலிருந்த கிளாசைக் காலி செய்துவிட்டு, மருந்துக்கடை செட்டியாரிடம் கேட்டு ஆறு மாத்திரைகள் வாங்கிக் கொடுத்தார் கம்பவுண்டர். "நீங்க வேணா வந்து பாத்திட்டுப் போங்களேன்" என்றான் தங்கராஜு.

"ஊம், இப்ப வேணாம். வேளைக்கு ரெண்டூனு மூணு வேளை கொடுங்க பிரதர், எல்லாம் சரியாயிடும். வேணா சாயந்திரமா அந்தப் பக்கம் வர்றேன்" என்றார் கம்பவுண்டர்.

"தேங்ஸ்" என்று சொல்லிவிட்டு தங்கராஜு கிளம்பும் நேரம் கம்பவுண்டர், "இந்தாங்க பிரதர் ராத்திரி சாப்பாட்டுக்குப் பிறகு இந்த மாத்திரை ஒன்னைக் கொடுங்க" என்று மற்றொரு மாத்திரையைச் செட்டியாரிடமிருந்து வாங்கிக் கொடுத்தார்.

தங்கராஜு வீட்டுக்கு வரும்போது பிற்பகல் மணி இரண்டு. படாதபாடு பட்டுக்கொண்டிருந்தாள் அமிர்தம். இரவு எட்டு மணிவரை அவளுக்கு வெந்நீர் வைத்துக் கொடுக்கத்தான் தங்கராஜுவுக்கு நேரமிருந்தது; அவளுக்கு அப்படி ஒரு தாகம். வயிறு நிறையக் குடித்ததும், குடித்த நீரை அவ்வப்போது வாந்தியெடுத்தாள். பரமசிவமும் கல்பனாவும் மாலை ஏழு மணிவரை வீட்டுப் பக்கம் காலெடுத்து வைக்கவில்லை. வந்ததும் தாங்களாகக் காலை உணவில் மிச்சமிருந்ததைப்

டெர்லின் ஷர்ட்டும் எட்டு முழ வேட்டியும்... ∗ 103 ∗

பங்கு போட்டுக்கொண்டு தின்றுவிட்டு நிம்மதியாக உறங்கினர். பாரதிநாதனுக்குப் பக்கத்து வீட்டு அலமேலுவிடமிருந்து சோறு வாங்கிக் கொடுத்தான் தங்கராஜு. "பசிக்குது பசிக்குது" என்று அலறினாள் அமிர்தம். "பட்டினி கிடந்தால் நல்லது" என்று அரைகுறை வைத்தியம் பேசினான் தங்கராஜு. அவள் பிடிவாதம் பிடிக்கவே, பக்கத்துக் கடையில் கடன் சொல்லி இரண்டு பன்னும், ஒரு டீயும் வாங்கிக் கொடுத்தான். அதையும் மாத்திரைகளையும் விழுங்கிவிட்டு, அரைமணி நேர அலற லுக்குப் பின் அவள் உறங்க ஆரம்பித்தாள். அவள் அருகே முழங்கால்களை அணைத்து உட்கார்ந்திருந்தான் தங்கராஜு. தான் படித்த அரசியல் தத்துவங்களை எல்லாம் நினைத்துப் பார்த்தான். மனதில் தெம்பு ஏற்படவில்லை. விளக்கில் மண்ணெண்ணெய் இல்லை; அது அழ ஆரம்பித்தது. விளக்கை அணைத்துவிட்டு, அவளருகே உட்கார்ந்திருந்தான். தெரு வெளிச்சம் மட்டும் சற்றே அறைக்குள் தட்டுத் தடுமாறி வந்தது. அவன் வீடு ஊருக்குச் சற்று வெளிப்புறத்தில் இருந்ததால் ஜன சந்தடி ஓய்ந்துவிட்டது. அமிர்தம் முனக ஆரம்பித்தாள். முதலில் அவள் என்ன உளறுகிறாள் என்று தங்கராஜுவுக்கு விளங்கவில்லை. கூர்ந்து கேட்டான். பெருமூச்சோடு பெரு மூச்சாக, "பாவிப் பழிகாரா" என்ற சொல் அவள் வாயிலிருந்து தவறாத இடைவெளிகளில் வந்துகொண்டிருந்தது. தங்க ராஜுக்கு ஒரு கணம் 'திக்'கென்றது. மறுகணமே வாழ்க்கையின் அசட்டுத்தனம் முழுமையும் அவன்மீது ஒரு சவுக்கடி போல் விழுந்தது . . .

தங்கராஜு தனக்கு இருந்த லீவையெல்லாம் ஏற்கெனவே தீர்த்திருந்தான். எத்தனை நாட்கள் அனாவசியமாக லீவு போட்டுவிட்டு தோப்புக்குச் சென்றிருக்கிறான்; அல்லது மாநாடு கீநாடுனு சென்றிருக்கிறான்! ஹெட்மாஸ்டர் திட்டுவார்; சந்தேகமில்லை. அவன்மீது பழி தீர்த்துக்கொள்ள இதையும் ஒரு சந்தர்ப்பமாக பயன்படுத்திக்கொள்வார்; சந்தேகமில்லை. இருந்தாலும் மறுநாள் லீவு மனுவை அனுப்பிவிட்டு வீட்டோடு இருந்தான் தங்கராஜு. தனக்குத் தெரிந்த அளவு சோற்றைச் சமைத்து குழந்தைகளுக்குக் கொடுத்துவிட்டுத் தானும் உண்டான். அமிர்தம் தரையில் புரண்டுகொண்டிருந்தாள். காலையில் கம்பவுண்டர் கொடுத்த ரெண்டு மாத்திரைகளையும் அவளுக்குக் கொடுத்தாகிவிட்டது, சுரம் இறங்கியபாடில்லை. மீண்டும் கம்பவுண்டரைப் பார்த்துவிட்டு வரலாமா என்று தங்கராஜு நினைத்துக்கொண்டிருந்தான்.

ஆனால் சுமார் பதினோரு மணிக்கெல்லாம் அமிர்தத்துக்கு வியர்த்துவிட்டது. உடல் சற்றுச் சில்லிட்டுக்கூட இருந்தது.

எழுந்து உட்கார்ந்தாள். தங்கராஜுவும் அவள் அருகே உட்கார்ந்துகொண்டான்.

"எப்படி இருக்கு?" என்றான் தங்கராஜு.

"பசியா இருக்கு. ரெண்டு இட்டிலியும் ஒரு காபியும் வாங்கிட்டு வாங்க. அப்படியே, வாய்க்குப் புளிப்பா ஒரு சாத்துக்குடி ஆரஞ்சு கெடைச்சா வாங்கியாங்க" என்றாள் அமிர்தம். சிந்தித்துக்கொண்டே வெளியே சென்ற தங்கராஜு இட்லி காபி வாங்கி வந்தான்.

"சாத்துக்குடி கிடைக்கவில்லை" என்றான். இட்லியையும் காபியையும் சாப்பிட்டுவிட்டு சற்று எழுந்து நடமாட ஆரம்பித்தாள் அமிர்தம். நடமாட ஆரம்பித்ததோடு தங்கராஜுவிடம் கணக்குக் கேட்க ஆரம்பித்தாள். கணக்கில் இட்லியையும், காபியையும், பன்னையும், டீயையும் சேர்த்துக்கொண்டாலும் ஒரு ரூபாய் உதைத்தது.

"ஒரு ரூபா போலெ பாக்கியிருக்கு" என்றான் தங்கராஜு.

"காட்டுங்க" என்றாள் அமிர்தம்.

"எம்மேலே நம்பிக்கை இல்லே?" என்று கடிந்தான் தங்கராஜு.

"உங்களை நம்பி நம்பித்தானே இந்த நெலெக்கு வந்தது? என்ன சம்பாதிக்கிறீங்களோ, என்ன வேலெ பாக்கிறீங்களோ அந்த ஆண்டவனுக்குத்தான் வெளிச்சம். கழுத்து கைலே இருந்ததெப் பறிச்சிக்கிட்டு இப்படி மூளியா என்னெ நிறுத்திட்டிங்களே!" என்று சொல்லி வயிற்றெரிச்சலோடு அழுதாள் அமிர்தம்.

"இப்ப என்ன வந்திரிச்சு? எதுக்காக இந்தக் கூச்சல்?" என்று அதட்டினான் தங்கராஜு.

"என்ன வந்திரிச்சா? ஒரு மாதமாவது பாதிச் சம்பளமாவது வீட்டுக்கு வந்திரிக்கா? அதுக்குப் பிடிச்சிக்கிட்டாங்க, இதுக்குப் பிடிச்சிக்கிட்டாங்கன்னு என்னே இத்தனை வருசமும் ஏமாத்திக்கிட்டுத்தானே வந்திருக்கீங்க? எத்தனை நாள் ஒரு வேளை கஞ்சிகூட இல்லாம இருந்திருக்கேன் தெரியுமா?" என்றுவிட்டு குழந்தைபோல் அழ ஆரம்பித்தாள் அமிர்தம்.

அவள் சரிசமமாகச் சண்டை போட்டால் தங்கராஜுவுக்கு உறைக்காது. அவள் குற்றச்சாட்டுகளை அடுக்கிக்கொண்டு போனால், வெளியே சொல்லாவிட்டாலும் அவள்மீது பதில் குற்றச்சாட்டுகளை மனதில் சொல்லிக்கொண்டு அவன் தற்காத்துக்கொள்ள முடியும். ஆனால் இப்படிக் குழந்தை

போல் அவள் அழுதால் அவன் என்ன செய்ய முடியும்? அவனும் அழ ஆரம்பித்தான்.

“அய்யோ, இந்தப் பாழாய்ப் போன சமுதாய அமைப்பிலே ...” என்று ஏதோ சொல்ல வாயெடுத்தான்.

“ஆமாம், ஆமாம், வேறு என்ன கெடெக்காட்டியும், இந்த வேதாந்தம் பேச ஆரம்பிச்சிடுவீங்க” என்று எரிந்து விழுந்தாள் அமிர்தம் வெடுக்கென்று.

இந்தத் தாக்குதலைச் சிறிதும் எதிர்பார்க்கவில்லை தங்கராஜு. ஒரு கண நேரக் கலக்கத்துக்குப் பின்தான் இதுவும் ஒரு சண்டை போடும் முறை என்பதை அவன் உணர்ந்தான். இல்லை. இல்லை அவன் அவளுக்கு சமஜோடி இல்லை.

கிடைத்த வெற்றியோடு திருப்திப்பட்டிருக்கலாம் அமிர்தம். ஆனால் அவள் தொடர்ந்தாள்.

“இந்த சமுதாய அமைப்பிலே, சம்பாதிக்கிற பணத்தே எல்லாம் சீட்டாட்டத்துலே தோக்கச் சொல்லுது. இந்த சமுதாய அமைப்பிலே வேலைக்கு வச்சிருக்கிறவங்ககூட குஸ்திக்குப் போகச் சொல்லுது. இந்த சமுதாய அமைப்புலே கட்டின பெண்டாட்டிக்கு சோத்தெப் போடாம தவிக்க வக்கச் சொல்லுது. இல்லாட்டி அவ தலைலே செருப்பைக் கழத்தி அடிக்கச் சொல்லுது ...”

தன்னைச் சிறிது நிதானப்படுத்திக்கொண்டுவிட்ட தங்கராஜு, “எப்பவோ நடந்ததெல்லாம் பத்தி இப்ப என்ன பேச்சு?” என்றான். அவனுடைய நிதானம் அமிர்தத்தின் ஆத்திரத்துக்குத் தகுந்த பதில் என்று எதிர்பார்த்தான் தங்கராஜு. ஆனால், “எப்பவோ நடப்பதுதானே இப்ப வயித்தேப் பத்தி எரியுது” என்று அமிர்தம் கேட்கவும், தங்கராஜு வீட்டைவிட்டு வெளியே வந்து வெளித்திண்ணையில் உட்கார்ந்துகொண்டான்.

இனியும் மன தைரியத்தை இழப்பதில்லை என்று தங்கராஜு உறுதி செய்துகொண்டான். ‘புதுயுகம்’ பத்திரிகைக்கு அவன் எழுதி அனுப்பியிருந்த கவிதை ஒன்றைத் தனக்குள் முனக ஆரம்பித்தான். அது ஒரு நாட்டு விடுதலைப் போராட்டத்தைப் பற்றியது. மிகவும் உற்சாகத்தோடும் உத்வேகத்தோடும் எழுதிய கவிதை. கவிதையை எழுதும்போதே அவன் மெய் சிலிர்த்தது. உணர்ச்சியால் கைகள் நடுங்கின; கண்களில் நீர் பொத்துக் கொண்டு வந்தது. இப்போது அக்கவிதையைத் தனக்குள் முனகிக்கொண்டான். ஆனால் சக்கையைக் கடித்துக் கடித்துத்

துப்புவது போல்தான் இருந்தது. சற்று உரக்கப் பாடிப் பார்த்தான். அலங்கோலமாக ஒப்பாரிபோல் ஒலித்தது. அல்லது ஒரு ஒப்பாரியை வீர உணர்வோடு பாடுவதுபோல் இருந்தது. அழ ஆரம்பித்தான். யாராவது ஒருவன் அவன் கையில் ஒரு துப்பாக்கியைக் கொடுத்து, 'நாலு பேரைச் சுட்டுத் தள்ளு; இல்லை நீ செத்து மடி' என்று அவனுக்குக் கட்டளை இட வேண்டும் போல் இருந்தது. அப்போதுதான் அந்த ஒலியைக் கேட்டு அவன் திகைப்புற்றான். அவ்வொலி வீட்டினுள் இருந்து வந்தது. உள்ளே ஓடினான். நடுவறையில் குனிந்தவண்ணம் நின்றுகொண்டு வாந்தி எடுத்துக் கொண் டிருந்தாள் அமிர்தம். அவள்முன் இட்டிலியும், காபியும் சிறுதேக்கம் போல் தரையில் சிதறிக் கிடந்தது. அவள் வலக்கையில் ஒரு துடைப்பம் இருந்தது. "வீட்டைக் கூட்டித் தள்ளலாம்னு நெனெச்சேன்; வாந்தியாயிரிச்சு" என்றாள் அவள் . . .

பத்துப் பனிரெண்டு நாட்களில் அமிர்தம் துரும்பாய்ப் போனாள். சம்பள இழப்பு அடிப்படையில் வரையறை இல்லாத லீவு போடும்படி தங்கராஜு நிர்ப்பந்திக்கப்பட்டு விட்டான். அவனுக்கு உதவியாக அமிர்தத்தின் தாயார் வீட்டுக்கு வந்தாள். பரமசிவமும், கல்பனாவும் சாப்பாட்டு நேரங்கள் தவிர மற்ற நேரங்களில் வீட்டுப்புறம் தலை காட்டவில்லை. பாரதிநாதன் மட்டும் படுத்த படுக்கையாக இருந்த அமிர்தத்தைச் சுற்றிச்சுற்றி வந்து அழுதுகொண்டிருந்தான். அமிர்தத்துக்கு உணவு இறங்கவில்லை. மூக்கு வழியே இரத்தம் வடிந்தது. இருமிக் கொண்டே இருந்தாள். மலச்சிக்கலுக்கு நாட்டு மருந்து கொடுத்துப் பார்த்தார்கள். அது வயிற்றுப் போக்கில் கொண்டுபோய் விட்டது. வயிற்றிலும் நெஞ்சிலும் வட்ட வட்டமாக மிளகைக் காட்டிலும் பெரிய அளவில் சிவப்புப் பொட்டுகள் தோன்றின. அவற்றை முதன்முதலாகக் கவனித்தது அமிர்தத்தின் தாயார். பிறகுதான் தங்கராஜு அவற்றைப் பார்த்தான். "இந்த வியாதிக்கு இப்படி ரோஜாச் சிவப்பில் முத்திரைகள் வேண்டுமா?" என்று நினைத்துக் கொண்டான்.

படிப்படியாக அமிர்தத்துக்கு நினைவு சிதைந்தது. இஷ்டப்படி பேசினாள். இஷ்டப்படி அழுதாள். அவள் முன் செல்லவே தங்கராஜுவுக்குப் பயமாக இருந்தது. "பாவிப் பழிகாரா, என்னே இத்தன நாளா வதெச்சது போறாதா? இன்னுமா என்னெச் சித்திரவதெ பண்ண வந்துட்டே?" என்று அவனைப் பார்த்ததும் கூச்சலிட்டாள். அவன் எதுவும் சமாதானம் சொல்ல வாயைத் திறந்தாலோ, "ஊம் அய்யோ,

டெர்லின் ஷர்ட்டும் எட்டு முழ வேட்டியும்... ❋ 107 ❋

ஊம் அய்யோ” என்று பயந்து கதறினாள். எல்லாரும் அவள் அவன் கண்களில் படக் கூடாது என்றனர். “அடப் பாவமே, இது வேறையா!” என்று அவன் தலையில் கையை வைத்துக் கொண்டு அழுதான். ஒரு நாள் கம்பவுண் டரிடம் சொல்லி டாக்டரைக் கூட்டி வந்தார்கள். அமிர்தம் பிணம் போலக் கிடந்தாள். உதடுகள் உலர்ந்து இருந்தன. டாக்டர் உடலின் உஷ்ணநிலையைப் பார்த்தார். “வயித்தெ எரியுது டாக்டர், வயித்தெ எரியுது” என்று அலறினாள் அமிர்தம். டாக்டருக்கு அமிர்தத்தின் நெஞ்சிலும், வயிற்றிலும் இருந்த ரோஜா பொட்டுகளைக் காட்டினர். ஆனால் இப்போது அந்தப் பொட்டுகள் கருகிவிட்டன. கருகிவிட்ட அந்தப் பொட்டு களைக் கண்டதும் தங்கராஜுவுக்குப் பகீர் என்றது. அவனை யறியாது, “என்ன டாக்டர்? என்ன டாக்டர்?” என்று கத்தினான். “ஷட் அப், நீ என்ன வயசு வந்த மனுஷனா?” என்றார் டாக்டர். நோயாளிக்கு வேண்டியதெல்லாம் ஆரோக்கியமான உணவும், நிறையப் பழரசங்களும், பாலும், ரொட்டியும், முட்டையும், நல்ல காற்றும், நல்ல பராமரிப்பும் தான் என்று கூறிவிட்டு டாக்டர் வெளியே சென்றார். டாக்டர் கூறியது ஒன்றும் தங்கராஜு காதில் விழவில்லை. கருகிவிட்ட ரோஜாப் பொட்டுகளையே அவன் பார்த்துக்கொண்டிருந்தான். “டாக்டர், டாக்டர், இவன்தான் என்னெக் கொல்லப் பாக்கறான்” என்று அமிர்தம் கூச்சலிட ஆரம்பிக்கவும்தான் தங்கராஜுவுக்கு சுய உணர்வு வந்தது. கைகளும் கால்களும் பதற வீட்டைவிட்டு வெளியே வந்து திண்ணையில் உட்கார்ந்து கொண்டான். சிறிது நேரத்தில் தபால்காரர் வந்து நூல் அஞ்சலில் வந்திருந்த ஒரு பத்திரிகையை அவனிடத்து நீட்டினார். அதை உடைத்து அதில் அவன் அனுப்பியிருந்த கவிதை வெளிவந்திருக்கிறதா என்று பார்க்க வேண்டும் என்ற எண்ணம் அவனுக்கு அப்போது இல்லை. பத்திரிகை கை யிலிருந்து நழுவித் தரையில் விழுந்தது. தபால்காரர் அதைக் கவனியாமலே சென்றார்.

இருபது முப்பது நாட்கள் ஓடியிருக்கலாம். ஒரு நாள் மாலை நேரம். பீடி ஒன்றைப் புகைத்துக்கொண்டு திண்ணையில் உட்கார்ந்திருந்தான் தங்கராஜு. பரமசிவமும் கல்பனாவும் இன்னும் வீடு திரும்பவில்லை. நடுவறையில் படுத்தவாறு இலேசாக முனகிக்கொண்டிருந்தாள் அமிர்தம். மண்ணெண் ணெய் விளக்கு சற்றுப் பிரகாசமாகவே எரிந்துகொண்டிருந்தது. அவளருகே ஒரு தட்டில் ரொட்டித் துண்டு, ஆரஞ்சுப்பழம், தக்காளிப்பழம் இவையும், தட்டுக்கருகே ஒரு கிளாசில் அரையளவுக்குப் பாலும் இருந்தன. தங்கராஜு வெளியே உட்கார்ந்திருந்தான்.

ஊர்வல முழக்கங்கள் அவன் காதுகளில் இரைந்தன. நண்பர்கள் அவனைத் தேடி வந்தனர். கனவுகள் அவனை மெய்மறக்கச் செய்தன. திடல்கள் அவன்முன் விரிந்து கிடந்தன. தோப்புகளில் 'சீட்டு'கள் பரந்து விழுந்தன. தகப்பன்மார்கள் எங்கேயோ எதையோ பறிகொடுத்ததற்கு மகன்களை வீணே அடித்து நொறுக்கினர். மாநாடுகளில் தீர்மானங்கள் நிறைவேற்றப்பட்டு மாலைகள் அணிந்த பிணங்களாய் விழுந்தன. பிணைப்புகள் வெறுப்புகளாக மாறின. காலம் கைக்குப் பிடிகொடாது தப்பி ஓடியது. தங்கராஜுவுக்குத் தலை சுழன்றது. "இதென்ன பலவீனம்?" என்று பல்லைக் கடித்துச் சொல்லிக்கொண்டு இரு கைகளையும் உதறி எழுந்து நின்றான் அவன். முன்னால் அந்தி மயங்கிக்கொண்டிருந்தது. அவன் கண்கள் அகல விரிய, "இதெல்லாம் என்ன?" என்று தனக்குத் தானே கேட்டுக்கொண்டான். திடீரென்று அவன் அவனிடமிருந்து பிரிந்து செல்வது போன்ற ஒரு அர்த்தமற்ற உணர்வு ஏற்பட்டது. முதலில் ஏதோ வேடிக்கை என்று நினைத்தான். பிறகுதான் அவன் அவனிடமிருந்தே பிரிந்து செல்வது நிதர்சனம் என்ற பீதி ஏற்பட்டது. "ராஜு, என் ராஜு" என்ற வார்த்தைகள் உணர்வில் விழவும் மெய் சிலிர்த்தது அவனுக்கு. கனவிலிருந்து யாரோ கூப்பிடுவது போலிருந்தது. "ராஜு!" – மீண்டும் அதே ஒலி. தங்கராஜுவுக்குப் புல்லரித்தது. ஒரு புதிய ஒளி அவன் முன்னால் படிப்படியாகத் தன்னைத் தானே மெய்ப்பித்துக்கொண்டிருந்தது. சற்று நேரத்திற்கு முன்னால் அவன் முன்னே கருகிக்கொண்டிருந்த உலகம் ஒரு புதிய பிரகாசத்தை எட்டியது. இல்லை, அது கருகி யிருந்ததே இப்போது ஒரு நம்ப முடியாத அசம்பாவிதக் கனவுபோல் பட்டது. ஒன்றும் புதிதோ கற்பனையோ இல்லை. உள்ளது எல்லாம் உள்ளபடிதான் இருக்கிறது. ஆனால் எதிலும் ஒரு புதிய பிரகாசம். அங்கு தெரிகிறதே சுப்பனின் கைவண்டி, அதில்தான் எப்படி அப்படி ஒரு மெருகு ஏற்பட்டது! குப்பை அள்ளிச் செல்லும் வண்டியாயிற்றே! அந்த நொண்டிக் கழுதை! அதன் மேனிதான் எப்படிப் பொன்னாய் மின்னுகிறது! அட கடவுளே, கழுதையும் இவ்வளவு அழகாகச் சிரிக்குமா? நொண்டிக் கழுதை, நொண்டிக் கழுதை, உன் நொண்டல் எங்கே? இன்னும் முன்னங்காலை நொண்டுவது போல்தான் வைத்துக்கொண்டிருக்கிறது; ஆனால் இப்போது ஒரு தபஸ்வியின் வைராக்கியத்தோடு அல்லவா நிற்கிறது! மனித ஆன்மாவையே கொஞ்சிச் செல்லும் இப்படி ஒரு தென்றலா? அதுவும் ஊனக்கண்களால் காணக்கூடிய ஒரு தென்றலா? எங்காவது மெல்லிய ஊதா நிறத்தில் தென்றலைப் பார்த்திருக்கிறீர்களா?... அய்யய்யோ,

இவ்வளவு உலகமா இது! அட கடவுளே, இதையெல்லாம் எங்களுக்கு நீ தரலாமா? எனக்கு உனக்கு என்று சண்டை போட்டுக்கொண்டு ஒருவரையொருவர் கொன்று தீர்த்துக் கொள்வதோடு இவ்வுலகத்தையும் நாசம் செய்து விடுவோமே! இறைவா, இறைவா, உன்னுடைய அருள் எல்லாம் எங்களுக்கு வேண்டாம். நல்லதோ கெட்டதோ, உயர்ந்ததோ தாழ்ந்ததோ, எங்களுக்கு உரிய தீர்ப்பை வழங்கு! தங்கராஜுவின் கண்களி லிருந்து நீர் பொலபொலவென வழிந்தது. "ராஜு, ராஜு." மீண்டும் அதே ஒலி. குரல் வந்த திசையில் நோக்கினான் தங்கராஜு. அமிர்தம் நின்றுகொண்டிருந்தாள். அமிர்தமா? நீ என் அமிர்தமா? கை விரல்களால் சிரிக்க முடியுமா உனக்கு? எடுத்துவைக்கும் அடிகளால் பேச முடியுமா உனக்கு? கண் களால் என்னைத் தீண்ட முடியுமா? – இத்தனை வித்தைகளையும் செய்கிறாயே, அத்தனையையும் எங்கு ஒளித்து வைத்திருந்தாய்? 'உள்ளே வாருங்கள்' என்று கூறுவதுபோல் அமிர்தம் அவன் கைகளைப் பற்றினாள். அவள் முன்நடந்தாள்; அவன் பின்னால் சென்றான். இருவரும் நடுவறைக்குள் நுழைந்தனர்... அந்தத் தங்கச் சுவர்களையும் நந்தா விளக்கினையும் பார்த்து வியந்தவாறே அவன் பளிங்குத் தரையில் நடந்து சென்று அவள் அருகே உட்கார்ந்துகொண்டான். அவள் படுத்தபடியே அவளது இரு கரங்களாலும் அவனது இரு கைகளைப் பற்றி முறுவலித்தாள்.

மண்ணெண்ணெய் விளக்கு மந்தமாக எரிந்துகொண் டிருக்கிறது. துரும்பாய்த் துவண்டு கிடக்கிறாள் அமிர்தம்; என்றாலும் அவள் முகத்தில் ஒரு வகைத் தெளிவு. அவள் அருகே தங்கராஜு உட்கார்ந்திருக்கிறான். அவன் தன் இரு கரங்களாலும் அவளது கைகளைப் பற்றியுள்ளான். அவன் கண்களை நீர் நிறைத்துள்ளது; நீர்த்துளிகள் கன்னங்களை நனைத்து வடியும்போது அவனுக்கு இதமாக இருக்கிறது. "ராஜு, ராஜு" என்று ஒருமுறை அவள் முனகுகிறாள். பிறகு இலேசாக அழுதவாறு, "ராஜு, என்னெ மன்னிச்சிடுங்க" என்கிறாள்.

"எதுக்கம்மா?" என்கிறான் தங்கராஜு.

"ஒங்களெத் தனியா விட்டிட்டு செத்துப் போறேனே, அதுக்காக ராஜு."

"நீயாகவா சாகிறே, ஜுரம் வந்துதானே சாகறே?"

"நானாத்தான் சாகறேன், ராஜு. நீங்க ஒரு தரம் சொல்லலே, ஏதாவது விபத்துலே மட்டும் செத்துப் போகாட்டி,

சாவூன்னு நமக்கு ஒண்ணும் வரதில்லே, நாமாத்தான் சாகறோமன்ட்டு?"

"ஆமாம், சொன்னேன். அதுக்கு இப்ப என்ன?" தங்கராஜு மெல்லச் சிரிக்கிறான், தன்னைத்தானே கேவலப்படுத்திக் கொண்டு.

"நான் இப்ப எதுக்கு சாகறேன் தெரியுமா, ராஜு?"

"ஏன்?"

"ஒங்ககிட்டே பிரியமா இருக்க முடியலேயே, ராஜு."

அமிர்தம் அழுகிறாள். தங்கராஜுவும் சேர்ந்துகொள்கிறான்.

"நான் சொல்றது சரிதானே, ராஜு." அமிர்தம் தொடர்கிறாள்.

"ஏம்மா, ரொம்பப் பிரியம் உள்ளவங்கதான் ரொம்ப வெறுத்துக்கணும்னு இருக்கு. பிரியத்திலே சந்தோஷமில்லேமா" என்றுவிட்டு கண்களை வேட்டி நுனியால் துடைத்துக்கொள் கிறான் தங்கராஜு. பிறகு, மாறினவனாய், "சரி சரி, நீ ஒண்ணும் இப்போ சாகப் போகலே. இந்த வியாதி நாலு வாரத்துலே அதுவா குணமாயிடும்னு டாக்டர் சொல்லியிருக்கார். இப்ப அனாவசியமாய் பேசிட்டிருக்காதே" என்கிறான் தங்கராஜு.

"சரி, பேசலே" என்று முனகிவிட்டுக் கண்ணை மூடுகிறாள் அமிர்தம்.

பாரதிநாதனோடு வெளியே போயிருந்த அமிர்தத்தின் தாயார் அப்போதுதான் பேரனைத் தூக்கிக்கொண்டு உள்ளே நுழைகிறாள்.

ஞானரதம், செப்டம்பர் 1972

போலியும் அசலும்

பிராமணக் குடும்பங்களில் யாருக்காவது 'கல்லுப் பாட்டி' என்ற பெயர் உண்டா? இது என்ன கேள்வி? மதுரையை ஏன் 'மதுரை' என்று அழைக்கிறார்கள்; அல்லது தாழையூத்தை ஏன் 'தாழையூத்து' என்று சொல்கிறார்கள்? ஆனாலும் ஒரு காரணம், வரலாறு உண்டு என்றுதான் நம்புகிறோம். அது முக்கியந்தானா? முக்கியந்தான்; முக்கியமில்லைதான், இரண்டுமேதான். கல்லுப் பாட்டியை என்னவோ அப்படித்தான் கூப்பிட்டார்கள். நாள் முழுவதும் ஆட்டுக்கல்லில் மாவு அரைத்துக்கொண்டிருந்ததால் இருக்கலாம் என்பார்கள். (ஆனால் கல்லுப் பாட்டியை நேரில் பார்த்தவர்களுக்கு வேறொரு காரணம் தெரியலாம். அதைப்பற்றி கல்லுப் பாட்டிக்கும் பெருமைதான்.) இறுதியில் பலர் சொல்வதுதானே சரியாக இருக்க வேண்டும்? இல்லாவிட்டால் சனநாயகமாவது, சனிநாயகமாவது? அன்றிரவு கல்லுப் பாட்டிக்கு வழக்கம் போலத் தூக்கம் சொக்கிக்கொண்டு வரவில்லை. அவள் அடுக்களையைக் கடந்து கூடத்துக்கு வந்துவிட்டாள். திமிர்தான். திமிரில்லாமல் வேறு என்ன காரணம்?

அப்போதுதான் ராணி பால் – பழ – தாம்பூலத் தட்டோடு அந்த அறைக்குள் நுழைந்தாள். தலை நிறைய மல்லிகைப் பூ, பட்டுப் புடவை – அரக்குத் தலைப்பில் மஞ்சள் நிறப்புடவை – வெள்ளை நிறத்தில் ஏதோ புதுவிதத் துணியில் ரவிக்கை. ரவிக்கையின் தோல்வியை எடுத்துக்காட்ட

ஜி. நாகராஜன்

முதுகுப்புறத்தில் இரண்டு நீல நிற வார்ப்புகள். இப்போது ராணியின் 'இல்லாததை' மறைக்க அதைப் போட்டுக்கொண் டிருந்தது போல் பட்டது கல்லுப் பாட்டிக்கு. ஆனாலும் ராணியின் முகத்தில்தான் என்ன களை! சிரிக்க உதடுகளை அசைத்தாலே தூங்கிக்கொண்டிருக்கும் தெய்வங்கள் எல்லாம் கண்களைத் திறந்துவிடும் என்று நினைத்துக்கொள்வாள் கல்லுப் பாட்டி. ஆமாம், ஒரு முறையாவது, "நீ மகராசியா இருக்கணும்" என்று சொல்லிக்கொண்டே ராணியின் முகத்தில் முத்தமிட வேண்டும் என்ற ஆசை கல்லுப் பாட்டிக்கு உண்டு. புடவையின் இடுப்புக் கொசுவலின் மேல் தெரியும் நாலைந்து விரற்கடை முதுகை கல்லுப் பாட்டி பார்க்க முடிந்தது. அதன் ஒரு சிறு பகுதியை ராணியின் நீண்ட இயற்கையும் செயற்கையு மான ஜடை மறைத்திருந்தது. ஜடையின் நுனி ராணியின் திரளாத பின்னழகுகளின் சந்திப்பில் முடிந்தது. அவளது ஜடை அழகாகவே ஒன்றோடொன்று பின்னிப் பிணைக்கப் பட்டிருந்தது. பாம்புகள் ஒன்றோடொன்று பின்னிப் பிணைந்து கொள்ளுமாம் என்று நினைத்துக்கொண்டாள் கல்லுப் பாட்டி. மணி இரவு பத்து இருக்கும்.

பத்தாம் நாள் இரவு – இல்லை, பதினொன்றாம் நாள் காலை – இரண்டு மணிக்கு நாவிதன் வீட்டில் தயாராக இருந்தான். பூவும் பொட்டும் ஆற்றோடு கலந்துவிட்டன. புடவையைத் தூக்கிப்போட வேறு யாருமில்லை. வெங்கட் ராமன்தான் இருந்தான். அழு, அழு என்று அதட்டினார்கள். தூக்கிப் போட்டான். தூக்கிப் போட்டுவிட்டு அழுதான். என்ன புரிந்ததோ, புரியவில்லையோ, அழுதான். யாரும் கவனிக்கவில்லை. காரியம் நடக்க வேண்டும். குதிரை வண்டி காத்துக் கிடந்தது. லட்சுமிப் பாட்டிக்கு வெயில் தாங்க முடியவில்லை; வெங்கிப் பாட்டிக்கு ஆஸ்த்மா பயம்!...

ராஜுவும் ராணியும் என்ன பேசிக்கொள்வார்கள் என்றறிவதில் கல்லுப் பாட்டிக்கு ஆசை. மாலையில் வந்ததும் 'பிரசண்ட்' என்று ஏதோ ராஜு ராணியிடம் கொடுத்தான். அதை அவள் திறந்து பார்த்ததும் "ஒங்களுக்கு ரொம்பக் கொழுப்பு" என்று சொல்லிக்கொண்டே, கையை மடக்கி ராஜுவின் கன்னத்தில் குத்தினாள். ராஜு அசட்டுச் சிரிப்பு சிரித்தான். "இது எவ்வளவு?" என்றாள் ராணி. "பதினோரு ரூபாய்" என்றான் அவன். ஒன்றையும் கேளாதது போல், டிபனையும் காபியையும் மேஜைமேல் வைத்துவிட்டுச் சென்ற கல்லுப் பாட்டிக்கு அது என்னவென்று தெரிந்துகொள்ள ஆசை. நல்லவேளை, ராணியும் அதை விரித்துப் பார்த்துக்

கொண்டிருந்தாள். இந்தக் காலத்துப் பொண்ணுங்க போட்டுக் கிறாங்களே, பிரஷ்ஷோ பாடிசோ, அது என்ன? அதுமாதிரி தான் தெரிந்தது. அந்தக் காலத்திலே பனியன் மாதிரி ஒண்ணு போட்டுப்போம். முன்பக்கம் கீழே இழுத்து முடுச்சுண்டுடுவோம். இது என்ன, இப்படி தோல் மாதிரி, கனத்துத் தெரியறது? கல்லுப் பாட்டி அடுக்களைக்குள் ஒளிந்து கொண்டாள்.

அப்புறம் என்ன நடந்தது? கல்யாணி புறங்கையால் அம்பட்டனின் முகத்தை வெறியோடு அடித்தாள். திருமாங்கல்ய சரட்டை அவிழ்த்துப் போட மறுத்தாள். முப்பத்து முக்கோடி தேவர்கள் செய்து வைத்த தெய்வக் காரியங்கள்தான். ஆனால் இரண்டு முண்டச்சிகள் இப்போது தீர்த்து வைக்க பிரயத்தனம் செய்துகொண்டிருந்தார்கள். முப்பத்து முக்கோடி தேவர்களும் தான் வசதியாகக் கண்களை மூடிக்கொண்டிருந்தார்களே! தாலிச்சரடும் கால் மெட்டிகளும் பால் கிண்ணத்தில் விழுந்தன. நாவிதன் தொழில்பட ஆரம்பித்தான். சரடுகளும் மெட்டிகளும் வெங்கட்ராமனுக்குச் சொந்தம் என்றார்கள். வெளியே அவன் ‘ஓ’வென்று அழுதான். என்றாலும் எல்லாமே அர்த்தமற்ற நினைவுகள்.

மறுநாள் ராஜுவும் ராணியும் ‘டியூட்டி’க்குச் சென்று விட்டனர். வீடு இப்போதுதான் நிறைந்து இருந்ததுபோல் இருந்தது கல்லுப் பாட்டிக்கு. வெளிக்கதவை இழுத்துச் சாத்தி விட்டு, ராணி அங்குமிங்குமாக வீசியெறிந்த ஆடைகளைத் தேடினாள். அவள் வேண்டியது கிடைத்தது. ‘அதை’ எடுத்துக் கொண்டு நிலைக் கண்ணாடி முன்பிருந்த நாற்காலியில் உட்கார்ந்துகொண்டு ‘அதை’ அணிந்துகொண்டாள். பழைய காலத்து ‘அதை’ அணிந்துகொண்டுதான் பழக்கம். இது புதிது. பின்புறம் ‘ஹுக்’கை மாட்டுவது சிரமமாக இருந்தது. ‘அதை’ அவிழ்த்து ‘ஹுக்’கை எப்படி மாட்டுவது என்பதைப் புரிந்து கொண்டாள். இப்போது அதை வெற்றிகரமாக மாட்டிக்கொள்ள முடிந்தது. வெள்ளை நிறச் சேலைத் தலைப்பை அகற்றிவிட்டுத் தன்னைக் கண்ணாடியில் பார்த்துக்கொண்டாள். அப்போது வெளிக் கதவு தட்டிற்று. “யாரது?” என்று உரக்கக் கேட்டாள். “நாந்தானம்மா, நெய்க்காரி” என்று பதில் வந்தது. கல்லுப் பாட்டி வேக வேகமாக ‘அதை’க் கழற்ற முயன்றாள். அவள் தாறுமாறாக இழுக்கவும், அவள் மார்பு, உடல் நடுவே சேதமடைந்த ஒரு இந்திய சிற்பக் கலை மாதிரி தெரிந்தது. கல்லுப் பாட்டி அப்படி ஒரு சிலையைப் பார்த்திருக்கிறாள். எந்தப் பாவிக்குத்தான் அப்படி மனசு வந்ததோ? ஒருவாறாக ‘அதை’ அவிழ்த்துவிட்டு,

தலையையும் உடலையும் தனது வெள்ளைப் புடவையால் மூடிக்கொண்டு கதவைத் திறந்தாள்.

"எவ்வளவுமா வேணும்; இந்த வாரம் பண்டிகை வருதில்லே?" என்று கேட்ட நெய்க்காரி, "ஏனம்மா ஒரு மாதிரி இருக்கீங்க?" என்றாள்.

"ஒன்றுமில்லே, நல்ல நெய்தானே?" என்று கேட்டுக் கொண்டே நெய்யில் ஒரு சொட்டைப் புறங்கையில் தடவி முகர்ந்து பார்த்தாள், கல்லுப் பாட்டி என்ற கல்யாணி. வழக்கம் போலவே நெய்க்காரி கல்லுப் பாட்டியை விரிந்த கண்களோடு பார்த்துக்கொண்டு நின்றாள்.

கண்ணதாசன், ஏப்ரல் 1973

துக்க விசாரணை

துக்க விசாரணைக்குச் செல்ல வேண்டும் என்று நினைத்துக்கொண்டேன். உலகத்தில் அன்றாடம் சிறிது சிறிதாக மானத்தை விற்று எத்தனையோ பேர் பிழைப்பை நடத்திக்கொண் டிருக்கிறார்கள். அவர்களைப் போலத் தானே ரோகிணியும். அவளுக்கு மட்டும் துக்க விசாரணை என்ற சம்பிரதாயம் வேண்டாமா?

நான் கடற்கரைக் கட்டில் ஒன்றில் உட்கார்ந் திருந்தேன். கடலின் இரைச்சல் காதுகளுக்கு இதமாக இருந்தது. அந்த இரைச்சலில் எத்தனையோ சுகதுக்கங்களை மறந்துவிடுகிறோம். கடலின் கண்ணுக்கடங்காத பரப்பு வேறு! அந்தப் பரப்பில் தான் எப்படி 'நான்' என்ற உணர்வே கரைந்து விடும் நிலையை எட்டிவிடுகிறது! கடலின் அலைகள் கரையைத் தொடுவதும் தொடாததுமாக விளையாடிக்கொண்டிருந்தன. கீழ் வானத்தில் சில நிமிடங்கள் நிலைத்த சிவப்பொளி அவசர அவசரமாகக் கருமையைத் தொட ஆரம்பித்தது. ஏதோ காணாததைக் கண்டுவிட்டது போல் ஒரு ஈ மிகுந்த தன்னம்பிக்கையோடு என் மூக்கு நுனியில் வந்து உட்கார்ந்துகொண்டது. ஒரு கையால் அதனை விரட்டியடித்தேன். என்மீது என்னவோ அதற்குத் திடீர் பாசம் ஏற்பட்டது போல் 'ஈ' என்று ஒரு சுற்றுச் சுற்றிவிட்டு என் காதில் மீண்டும் உட்கார்ந்துகொண்டது. தலையை அசைத்தேன். அது காதிலிருந்து தலைக்குத் தாவியது. தலையைச் சொறிந்தேன். அது மீண்டும் என்முன்

ஜி. நாகராஜன்

‘ஈ’ என்று வட்டமிட்டது. செகண்டுக்குத் தன் இறகுகளை ஆயிரந் தடவைகள் அடித்துக்கொள்ளும் அந்த ‘ஈ’! செகண்டுக்கு ஒருமுறை அடித்துக்கொள்ளும் மனித இதயம்! ஈயின் இதயம் செகண்டுக்கு எத்தனை தடவைகள் அடித்துக்கொள்ளும் என்று நினைத்துக்கொண்டேன். இன்னும் சிறிது நேரத்தில் நன்றாக இருட்டிவிடும்; துக்க விசாரணைக்குச் செல்ல வேண்டும்.

இடையே ஊதி அணைத்துவிட்ட மெழுகுவர்த்தியைப் போல ரோகிணி இறந்துவிட்டாள். ஒருபோதும் குரலை உயர்த்திப் பேசமாட்டாள். ஒருமுறை யாரோ ஒருவனோடு இருந்தாள். நான் வந்ததை அறிந்ததும் வந்து சமாதானம் கூறிச் சென்றாள். “இது என் தலை எழுத்துங்க” என்று சொல்லிச் சிரித்துவிட்டுச் சென்றாள். நான் காத்திருப்பேன் என்று எதிர்பார்த்தாள். இரண்டு நாட்களுக்குப் பின்தான் நான் அவளிடத்துக்குச் சென்றேன். அப்போது, “அக்கா கடனையெல்லாம் தீர்த்திட்டு கன்னியாஸ்திரி ஆகிவிடுவேன்” என்றாள். “இல்லாட்டி தற்கொலை பண்ணிப்பேன்” என்று பிறகு சேர்த்துக்கொண்டாள். “தற்கொலையில் அர்த்தமில்லை” என்றேன். “பின்னே எதில்?” என்று கேட்டுக்கொண்டே என் கன்னங்களில் முத்தினாள். அந்தப் பத்துப் பதினைந்தைக் கொடுத்ததைத் தவிர நான் ரோகிணிக்கு எதுவும் செய்தது கிடையாது. ஆனால் அவளுக்குத் தெரியுமோ என்னமோ, அவளைப் பற்றிப் பல தடவைகள் நான் நினைத்ததுண்டு. நினைப்பு என்ன அவ்வளவு பெரிசா? பின் இல்லையா? இறந்து போனவர்களைப் பற்றியோ உயிரோடிருப்பவர்களைப் பற்றியோ அவ்வப்போது நினைத்துக்கொள்வது பெரிசில் லையா? ரோகிணியைச் சந்தித்த முதல்நாள், “நாளை உன்னை எங்கே பார்க்கலாம்?” என்றேன். “எட்டு மணிக்கு திருவனந்தபுரம் எக்ஸ்பிரஸில் அக்கா வருகிறாள்; அவளைச் சந்திக்க ஸ்டேஷனுக்குச் செல்வேன்” என்றாள். காலை ஏழே முக்காலுக்கே ரயில் நிலையத்துக்குச் சென்றுவிட்டேன். ரயில் இருபது நிமிடங்கள் தாமதமாக வந்தது. ரயில் முழுவதும், பிளாட்ஃபாரம் முழுவதும் தேடினேன். ரோகிணியையும் காணோம்; அக்கா ஜெயத்தையும் காணோம். பிறகுதான் ஒருமுறை ஜெயத்தைப் பார்த்தேன். பிராண்டி குடித்துவிட்டு வெற்றிலைபாக்கு போட்டிருந்தாள். தடித்த வெண்மையான சரீரம்; ரோகிணியின் மென்மை இல்லை. சிலவகை ஆண்களைக் கவரும் முரட்டுத்தனம் அவளிடம் காணப்பட்டது.

ரோகிணி இறந்து இருபது நாட்களுக்கு மேலாகிறது. பத்திரிகையில் விஷயத்தைத் தெரிந்துகொண்டேன். அவள் வீட்டுக்குச் சென்றபோது, “மூணு வாரமா ஊரில் இல்லை”

என்று சால்ஜாப்பு சொன்னேன். வழக்கம்போல வீடு அடைத்துக் கிடந்தது. நான் கதவைத் தட்டவும், பக்கத்துச் சன்னல் அரைகுறையாய்த் திறந்தது. "நீங்களா?" என்று விட்டு கதவைத் திறந்தாள் ஜெயம். உள்ளே நான் நுழையவும் அவள் கதவையும் சன்னலையும் மூடினாள். "ஒரு மாதமா ஊருலே இல்லே; நேத்துத்தான் கேள்விப்பட்டேன்" என்று ஆரம்பித்தேன்.

"உட்காருங்க" என்றுவிட்டு, "அது அதன் தலையெழுத்து" என்றாள் ஜெயம்.

"டாக்டர்கிட்டே காட்டலயா?" என்றேன்.

"மொதெல்லே மூணு நாலு நாளைக்கு வெள்ளை வெள்ளையாப் போச்சூனது. ஆச்சி சொன்னாங்களேன்ட்டு சந்தனத் தைலம் வாங்கிப் போட்டேன். கேக்கலே. முள்ளங்கிச் சாறு, வெங்காயச் சாறு, சீரகம், வெல்லம் எல்லாம் கலந்து மூணு நாள் சாப்பிட்டாப் போதும்னிச்சு தங்கமணி. எல்லாத்தையும்தான் செஞ்சு பார்த்தோம்."

"இதுக்கெல்லாம் இப்போ இங்கிலீஷ் மருந்து இருக்கே. பெனிசிலின்ஜி எம்பாங்க. அதை ஊசி போட்டாப் போதுமே" என்றேன் நான்.

"அதுதான் டாக்டர்கிட்டே வரமாட்டேன்னு பிடிவாதம் பிடிச்சுதே! ரெண்டு மாதத்திலே எல்லாம் கொணமாயிட்ட மாதிரிதான் தெரிஞ்சிச்சு., ஆனா அப்பப்ப வயித்துவலி, வயித்துவலின்னு கத்திச்சு. நாமக்கட்டியை அரைச்சுப் போட்டோம். வலி கொஞ்சம் நின்ன மாதிரி தெரிஞ்சது. நானும் அன்னைக்குச் சினிமாக்குப் போயிட்டேன்; அத்தான் வளக்கம்போல சீட்டாடப் போயிட்டாரு. ஏதோ ஒரு தடியன் வந்து, 'ஏண்டி, எனக்குச் சீக்கா வாங்கி கொடுத்தேன்னு' கேட்டுக்கிட்டு, செருப்பைக் களத்தி அடிச்சிருக்கான். அவன் போகவும் ரயிலடிக்குப் போனவதான் ..." ஜெயம் மேற்கொண்டு பேசவில்லை.

"இந்த சீட்டாட்டம்தானே அத்தானைக் கெடுத்திரிச்சு" என்றேன் நான், யோசனையோடு.

கனோரியாவைப் பற்றி எனக்குக் கொஞ்சம் தெரியும். என் மாமா ஒருவர் அதனாலேயே கண் பார்வையை இழந்தார். சிறந்த டாக்டர்; இருந்தும் ஒன்றும் அந்தக் காலத்தில் செய்து கொள்ள முடியவில்லை. பிராண்டி குடித்தால் நோயின் கடுமையை மட்டுப்படுத்திக்கொள்ள முடியும் என்று எண்ணி

அதிகம் குடிக்க ஆரம்பித்தார். அவரது அட்டகாசம் அதிக மாகவே, மூத்த மகன் அவரை ஒருநாள், "வீட்டை விட்டு வெளியே போங்க" என்று உத்தரவிட்டான். மறுநாள் அவர் காலி. அவர்தான் ஒருமுறை சொன்னார்: ஆயிரம் கனோரியாக் கிருமிகளை ஒன்றாக வைத்தால் ஒரு குண்டூசியின் தலையளவுக்குத்தான் வரும் என்று. ஆனால் இந்தக் கிருமிகள் ரொம்பவும் சொகுசாக வாழக்கூடியவை. மனித உடல்தான் இவற்றுக்கு லட்சிய இருப்பிடம். வேறு மிருகங்களின் உடல் களில் இவை உயிர் தரிப்பதில்லை. சுற்றுப்புறக் காற்று சற்று உலர்ந்துவிட்டாலோ அல்லது உஷ்ணம் அடைந்தாலோகூட இவற்றால் தாங்கிக்கொள்ள முடிவதில்லை. இவற்றுக்கு அப்படி ஒரு தலைவிதி; இல்லை, மனிதனுக்கு அப்படி ஒரு தலையெழுத்து.

"அந்தத் தடியன் அப்படி அடிச்சதுதான் ரோகிணி மனசைப் புண்படுத்தி இருக்கு. அவன் போனப்புறம் ரயிலடிக்குப் போனவதான் ..." என்று மீண்டும் ஆரம்பித்து அரை குறையாய் நிறுத்தினாள் ஜெயம். ஆனால் ஜெயத்தின் மேலாடை சற்று அலங்கோலமாக இருப்பதைக் கண்டதும் எனக்கு விஷயம் புரிந்தது. பையினுள் கையை விட்டுப் பத்து ரூபாய்த்தாள் ஒன்றை எடுத்து அவளிடம் நீட்டினேன். அப்போதுதான் ஜெயத்தின் புன்சிரிப்பில் ரோகிணியின் சாயலைக் கண்டதாக நினைத்துக்கொண்டேன். மூடிய கதவைத் தாளிட்டுவிட்டு, சன்னலையும் அடைத்துவிட்டு, ரூபாயை வாங்கிக்கொண்டே, "மேலே போகலாமா? மெத்தை இருக்கு" என்றாள் ஜெயம்.

சதங்கை, மே 1973

டெர்லின் ஷர்ட்டும் எட்டு முழ வேட்டியும் அணிந்த மனிதர்

போலீஸ் ரெய்டு இருக்கலாம் என்று நம்பகமான தகவல் வந்திருந்ததால், கதவைத் திறந்து வைத்துக்கொண்டு வீட்டு வாசலில் நிற்க வேண்டாம் என்று விட்டான் அத்தான். 'ஒரு மாதத்துக்கு முன் வீட்டை விட்டு ஓடிவிட்ட கமலாவைப் பற்றி ஒரு செய்தியும் இல்லை. ஓணத்துக்குப் பிறந்த ஊர் போயிருந்த சரசா இன்னும் திரும்பி வரவில்லை. வெளிக் கதவை அடைத்துவிட்டு ரேழியை அடுத்திருந்த அறையில் குழல் விளக்கொளியில் மெத்தைக் கட்டிலின் மீது தனியே உட்கார்ந்திருந்த தேவயானைக்கு அலுப்புத் தட்டிற்று.

ஏதோ நினைவு வந்தவளாய் ரேழியிலிருந்து படிக்கட்டுகளின் வழியே ஏறி மாடியறைக்குச் சென்று விளக்கைப் போட்டாள். அங்கு கீழறையைக் காட்டிலும் சற்று அதிகமான வசதிகள் இருந்தன. பலவகை அந்நிய நாட்டுப் படங்கள் சுவரை அலங்கரித்தன. அறையில் மிகப் பெரிய செட்டிநாட்டுக் கட்டில் ஒன்றும், அதன் மீது 'டபில்' மெத்தை ஒன்றும் சுவரோரமாக இருந்தன. 'நைட் புக்கிங்'குக்கு மட்டுமே பெரும்பாலும் பயன்படுத்தப்பட்டு வந்த அவ்வறை சென்ற ஒரு மாத காலமாக மனித நடமாட்டம் அற்றுக் கிடந்தது. கமலாவுக்குத்தான் 'நைட் புக்கிங்'

ஜி. நாகராஜன்

ராசி அதிகம். தேவயானை கட்டிலின் மீது இருந்த மெத்தையை இலேசாகத் திருப்பி, அதன் அடியிலிருந்து ஒரு நீளமான அரை இஞ்சு மணிக் கயிற்றை எடுத்தாள். அவள் ஊரிலிருந்து வரும்போது அவளது தாயார் அவளது படுக்கையைக் கட்டுவதற்குப் பயன்படுத்திய் கயிறு அது. அறையின் நடுவில் நின்றுகொண்டு, கயிற்றின் உறுதியைச் சோதிப்பது போல அதைப் பலவிடங்களில் இழுத்துவிட்டுக்கொண்டே, மேலே அறையின் நெற்றிக் கண்ணைப் பார்த்தாள். உத்திரத்தில் ஒரு இரும்பு வளையம் தொங்கிக்கொண்டிருந்தது. அது கட்டிலின் விளிம்புக்கு நேர் மேலே சற்று விலகி அமைந் திருந்தது. கட்டிலின் மீது நின்றுகொண்டு, கயிற்றைக்கொண்டு வளையத்தை எட்ட முடியுமா? நடுவில் இருந்த மெர்க்குரி விளக்கின் மேற்பாதி, ஒரு வளைந்த தகட்டினால் மறைக்கப் பட்டிருந்ததால், வளையம் தெளிவாகக் கண்களுக்குப் பட வில்லை. சற்று அவசரமாகக் கீழே சென்று துணி உலர்த்தப் பயன்படும் நீளமான மூங்கிற் கழியொன்றை எடுத்துவந்தாள். கட்டிலின் மீது நின்றுகொண்டு, கழியின் ஒரு நுனியில் கயிற்றைச் செலுத்த முடியுமா என்று பார்த்தாள். கீழே கதவு தட்டும் சத்தம் கேட்டது. கழியையும் கயிற்றையும் கட்டிலில் போட்டுவிட்டு, கீழே ஓடினாள். வெளிக் கதவைத் திறக்குமுன் சற்றுத் தயங்கினாள். கதவை யாரும் தட்டவில்லை என்பது போல் பட்டது. அடுத்த பூங்காவனத்து வீட்டின் கதவு திறக்கும் சத்தம் மட்டுமே கேட்டது. கதவிடுக்கின் வழியே யாரும் நின்றுகொண்டிருந்தனரா என்று பார்த்தாள். யாரும் நின்றுகொணடிருந்ததாகப் படவில்லை. தேவயானை மாடியறைக்கு வந்தாள்.

மீண்டும் கழியைக்கொண்டு கயிற்றை வளையத்தின் உள்ளே செலுத்தும் முயற்சியில் ஈடுபட்டாள். தோள்பட்டை களில் நோவு எடுத்தது. முகத்தில் வியர்வை அரும்பி, நெற்றி வியர்வை ஜவ்வாதுப் பொட்டைக் கரைத்து வழிந்தது. தேவயானைக்கு ஒரு யோசனை வந்தது. அவசர அவசரமாகக் கழியையும் கயிற்றையும் தரையில் போட்டுவிட்டுக் கீழே ஓடிவந்தாள். புழக்கடையில் ஒரு சன்னலருகே கிடந்த, அரையடி நீளமான துருப்பிடித்த ஆணியொன்றைக் கண்டு பிடித்தாள். அதை எடுத்துக்கொண்டு மாடியறைக்கு வந்தாள். ஆணியின் நடுவில் கயிற்றின் ஒரு நுனியை இறுகக் கட்டினாள். அவள் இழுத்த இழுப்பில் கயிறு கையை அறுத்துவிட்டது. வலி பொறுக்காமல் கையில் எச்சிலைத் துப்பிவிட்டு, அதன் மீது ஊதிக் கொண்டாள். கட்டிலின் மீது நின்றுகொண்டு கழியின் உதவியால் ஆணியை இரும்பு வளையத்துக்குள்

டெர்லின் ஷர்ட்டும் எட்டு முழ வேட்டியும்... ✻ 121 ✻

செலுத்த முயன்றாள். ஆணி கழி நுனியில் ஸ்திரமாக அமையாமல் பொத்துப்பொத்தென்று கீழே விழுந்தது. ஒரு நிமிஷம் இளைப்பாறிவிட்டு, கை நடுக்கத்தையும் சரிப்படுத்திக் கொண்டாள். பிறகு ஆணியை இரும்பு வளையத்துக்குள் செலுத்தும் முயற்சியில் ஈடுபட்டாள். ஆணியின் ஒரு பாதி வளையத்துக்குள் நுழைந்தாலும், மறு பாதி நுழைவதைக் கயிற்றின் முடிச்சு தடை செய்தது. கயிற்றின் கனமும் ஆணி வளையத்துக்குள் செல்வதைத் தடுத்தது. கயிறு நீளமான கயிறு. அவ்வளவு நீளம் கூடாதென்று தேவயானைக்குப் பட்டது. கயிற்றைப் போதுமான அளவுக்கு வெட்டக் கத்தி எங்கு கிடைக்கும் என்று யோசித்தாள். வீட்டில் கத்தி ஒன்றும் கிடையாது. பிளேடு? அதுவும் இல்லை. தேவயானைக்கு அடுப்பங்கரை அரிவாள்மணை நினைவுக்கு வந்தது. குதித்துக் கீழே சென்று அரிவாள்மணையை எடுத்து வந்தாள். கட்டிலின் விளிம்பில் நின்றுகொண்டு, தன் கழுத்துக்கும் இரும்பு வளையத்துக் கும் உள்ள இடைவெளியையும், சுருக்கு விட வேண்டிய நீளத்தையும் உத்தேசமாகக் கணித்து, ஆணி கட்டப்பட்டிருந்த நுனியிலிருந்து எவ்வளவு தூரத்தில் கயிற்றைத் துண்டிக்க வேண்டும் என்று தீர்மானித்தாள். நல்லவேளையாக அரிவாள்மணை சற்றுப் பதமாகவே இருந்ததால், கயிற்றை நறுக்குவதில் சிரமம் இல்லை. மற்றொரு யோசனையும் தேவயானைக்கு வந்தது. அரிவாள்மணையைக் கொண்டே கழியின் ஒரு நுனியைச் சிறிதளவுக்கு இரண்டாக வகுத்துக் கொண்டாள். இப்போது கயிற்று நுனியைக் கழிநுனியில் இருந்த பிளவில் கவ்வவைத்துக் கயிறு கீழே நழுவாதவாறு கழியை உயர்த்த முடிந்தது. இவ்வாறு ஆணியை வளையத்துக்குள் செலுத்தி, ஆணி வளையத்தைக் குறுக்காக அழுத்திக்கொண்டிருக்க, கயிறு நேர்செங்குத்தாகத் தொங்கு மாறு செய்தாள். கட்டிலின் விளிம்பில் நின்றுகொண்டு கயிற்றின் நுனிப்புறம் தலை செல்லுமளவுக்கு ஒரு வளையம் செய்து சுருக்கு முடிச்சுப் போடப் பார்த்தாள் தேவயானை. சுருக்கு முடிச்சும் சரியாக விழவில்லை. அவளுக்கு இதி லெல்லாம் அனுபவம் போதாது. இரண்டு மூன்று தோல்வி களுக்குப் பிறகு, ஒருவாறாக முடிச்சு சரியாக விழுந்தது. அப்போது கீழ்க் கதவை யாரோ தட்டும் சத்தம் கேட்டது. தேவயானை சற்றுத் தயங்கினாள். கீழே கதவைத் தட்டும் சத்தம் பலப்பட்டது. 'இப்போது இதுக்கு என்ன அவசரம்?' என்று நினைத்தவள் போல், தேவயானை கீழே ஓடிச் சென்று, சேலை முந்தானையால் முகத்தை ஒற்றிவிட்டு ஆடைகளையும் சரி செய்தவாறே வெளிக் கதவைத் திறந்தாள்.

அத்தானும் வேறொருவரும் வெளியே அறை வெளிச் சத்தில் நின்றுகொண்டிருந்தனர்.

“கதவெத் தெறக்க இந்நேரமா?” என்றான் அத்தான்.

“மேலே இருந்தேன்” என்றாள் தேவயானை.

“கதவெ அடைச்சிட்டு, லைட்டை அணைச்சிட்டு இருன்னா, ஒன்னே யாரு மேலே போகச் சொன்னது?” என்றுகொண்டே அத்தான் நுழையவும், கூட இருந்தவரும் உள்ளே நுழைந்தார்.

“உம், லைட்டைப் போடு” என்றுவிட்டு அத்தான் வெளிக் கதவை அடைத்தான். ரேழி விளக்கைப் போட்டாள் தேவயானை. அத்தான் கூட வந்திருந்தவர் நன்றாக வளர்ந்து இருந்தார். அரைகுறை பாகவதர் கிராப்போடு, டெர்லின் ஷர்ட்டும் எட்டு முழ வேட்டியும் அணிந்திருந்தார். வழக்கமாக வருபவர் களைப் போல் அவளையே உற்று நோக்காது ரேழியையும், ரேழியை ஒட்டியிருந்த அறையையும் சுற்றுமுற்றும் பார்த்துக் கொண்டிருந்தார். “சரிதானேங்க?” என்றான் அத்தான், அவரைப் பார்த்து.

ரேழியை அடுத்திருந்த அறையினுள் நுழைந்து, குழல் விளக்கொளியில் அறையின் சுவர்களை மேலும் கீழும் பார்த்துவிட்டு, “பரவாயில்லை, எல்லாம் சுத்தமாகவே வச்சிருக்கீங்க” என்றார் அவர்.

“இங்கே எல்லாம் சுத்தமாத்தான் இருக்கும்” என்றான் அத்தான் கள்ளச் சிரிப்போடு. “அப்ப நா வர்றேன்.”

“பணம்?” என்றார் வந்தவர்.

“எல்லாம் டாக்டர்கிட்டே வாங்கிக்கிறேன்” என்று கொண்டே வெளியேறினான் அத்தான்.

வெளிக் கதவைச் சாத்தித் தாளிட்டுவிட்டு, ரேழி விளக்கையும் அணைத்துவிட்டு, வந்தவரிடத்து, “வாங்க” என்று கூறிக்கொண்டே ரேழியை அடுத்திருந்த அறையின் குழல்விளக்கின் பிரகாசத்தில் பிரவேசித்தாள் தேவயானை. அவள் நேராகச் சென்று கட்டிலில் அமர்ந்தாள். அவர் தயங்கியவாறு அருகில் வந்து நின்றார்.

“இப்படி உட்காருங்க” என்றாள் அவள்.

“இல்லே, அந்த ரேழி ஓரத்துலே ஒரு நாற்காலி இருக்கே, அதை எடுத்திட்டு வா” என்றார் அவர். அவள் சிரித்தாள்.

“எப்போதுமே சாய்வு நாற்காலியில் சுகமாய் படுத்துத் தான் எனக்குப் பழக்கம்” என்று அவர் விளக்கினார்.

பலர் அந்தச் சாய்வான பிரம்பு நாற்காலியில் உட்கார்ந்து கொண்டு தேவயானையைக் கொஞ்சியதுண்டு. எனவே உடன் எழுந்து பிரம்பு நாற்காலியை எடுத்து வந்து கட்டிலின் அருகே அதைப் போட்டாள். அப்போது அவர் அவளையே நோக்கி ரசிப்பதுபோல் பட்டது அவளுக்கு. அவர் சாய்வு நாற்காலியில் சாய்ந்துகொண்டார்; அவள் மீண்டும் கட்டிலில் உட்கார்ந்துகொண்டாள். இருவரும் ஒருவரையொருவர் நோக்கிக்கொண்டனர்.

“நீ அழகா இருக்கே” என்றார் அவர். அவள் சிரித்தாள்.

“கொஞ்சம் சேலையை வெலெக்கிக்க” என்றார் அவர். அவள் மீண்டும் சிரித்தாள். “உம், வேடிக்கைக்குச் சொல்லலே; ஒன் மார்பே முழுசும் மறைக்காதபடி சேலயே கொஞ்சம் வெலெக்கிப் போட்டுக்க.”

அவள் அவ்வாறே செய்தாள்.

“கொஞ்சம் நிமிர்ந்து உட்காரு.”

அவள் மீண்டும் சிரித்தாள்.

“கொஞ்சம் நிமிர்ந்து உட்காரேன்” என்று கொஞ்சுவது போல் அவர் சொன்னார்.

“நீங்க என்ன போட்டோப் படம் பிடிக்கப் போறீங்களா?” என்று அவள் சிரித்தாள்.

“ஆமா, அப்படித்தான் வச்சிக்கயேன்” என்றார் அவர்.

அவளும் அவளது சேலையையும், முடியையும் ஒரு சைத்ரீகனுக்கு முன் உட்கார்ந்து சரி செய்துகொள்வதுபோல் சரி செய்துகொண்டாள். சற்று நேரம் அவளைப் பார்த்து ரசித்துவிட்டு, ஏதோ குறை கண்டவராய், “உட்கார்ந்திருந்தா சரியாப் படலயே; கொஞ்சம் படுத்துக்க” என்றார் அவர்.

“நீங்க உட்கார்ந்துதானே இருக்கீங்க, வெறுமனே” என்றாள் அவள் சிரிக்காமல்.

“நான் இங்கே உக்காந்து இருந்திட்டுப் போகத்தானே வந்திருக்கேன்” என்றார் அவர். அவள் சிரித்துக்கொண்டே படுத்துக்கொண்டாள். ஒரு கையை மடித்து அதைக்கொண்டு தலையைத் தாங்கி அவரை நோக்கிச் சிரித்தவாறே அவள் படுத்துக்கொண்டாள். அவர் அவளைப் பார்த்துக்கொண்டு இருந்தார்.

"உங்களுக்கு ஆசை இல்லையா?" என்றாள் அவள்.

"நிறைய இருக்கு."

"அப்ப?"

"அதனாலேதான் ஒன்னைப் பார்த்துக்கிட்டே இருக்கேன்."

"பாத்துக்கிட்டே இருந்தாப் போதுமா?" அவள் சிரித்தாள்.

"தொட்டுப் பார்க்கலாம்."

"நீங்க தொட்டுப் பாக்கலேயே."

"தொட்டா நீ சும்மா இருக்கணுமே!" என்றார்.

அவள் சிரித்தாள். "நான் ஒண்ணும் சேட்டை செய்ய மாட்டேன்; நீங்க சும்மாத் தொட்டுப் பாருங்க."

வெளிக்கதவு தட்டும் சத்தம் கேட்டது. அவள் எழுந்திருக்க முடியாது போல் தவித்தாள். அவர் நிதானமாக எழுந்து கதவைத் திறந்தார். கதவைத் தட்டியது அத்தான்தான். அத்தான் அவரை எதுவும் கேட்குமுன் அவர் பையிலிருந்து எதையோ எடுத்து அத்தானிடம் கொடுக்க வந்தார்.

"இல்லே வச்சிக்கேங்க, எல்லாம் டாக்டர்கிட்டேந்து வாங்கிக்கறேன். டாக்டர் கடைக்கு வந்திட்டாரு: நீங்க வர்லயான்ட்டு கேட்டாரு" என்றான் அத்தான்.

"இப்ப வந்திடறேன்ட்டு சொல்லுங்க" என்றார் அவர்.

அத்தான் வெளியேறுகிறான்; அவர் கதவை அடைத்துத் தாளிடுகிறார்.

"கொடுமை" என்றுகொண்டே அவர் நாற்காலியில் சாய்கிறார்.

"எது?" என்றாள் அவள், கட்டிலிலிருந்து எழுந்து அவர் அருகே நின்றுகொண்டு.

"இந்த நேரக் கணக்குதான்" என்று அவர் சொல்லவும் அவள் அவரைக் கட்டியணைக்க முயன்றபடியே, அவரது இரு கன்னங்களிலும், இறுதியாக அவசரமாக அவர் உதடு களிலும் முத்துகிறாள்.

"சரி, நீ போய்ப் படுத்துக்க" என்கிறார் அவர்.

"நீங்க என்ன செய்யறீங்க?" என்று கேட்டுக்கொண்டே அவள் மெத்தையில் சாய்கிறாள்.

“இங்கே இருக்கேன்” என்கிறார் அவர்.

“அதெக் கேக்கலே; என்ன தொளில் செய்யறீங்க?”

“பெறந்து, வளந்து, சாவற தொளில்தான் செய்யறேன்.”

அவள் கட்டிலிலிருந்து எழுந்து அவரை எடுத்துக் கட்டி யணைக்க முயலுகிறாள். அவரோ நாற்காலியில் சாய்ந்தவ ராகவே கிடக்கிறார். தோல்வியுற்றவளாய் அவள் கட்டில் மெத்தைக்குச் சென்று அதன்மீது விழுகிறாள்.

“எனக்குத் தண்ணி தவிக்குது” என்கிறாள் தேவயானை.

அவர் எழுந்து, ரேழி விளக்கைப் போட்டு, மூலையிலிருந்த பானையிலிருந்து தண்ணீர் கொண்டுவந்து அவளுக்குக் கொடுக்கிறார். படுத்தபடியே அவள் தண்ணீரைப் பருகும் போது, அதில் ஒரு பகுதி வாய்க்குள் நுழையாது அவளது மார்பகத்தை நனைக்கிறது.

நின்றுகொண்டிருக்கும் அவர், “சென்று வருகிறேன்” என்கிறார்.

“அடுத்தவாட்டி எப்ப வருவீங்க?” என்று கேட்டுக்கொண்டே அவள் கட்டிலிலிருந்து எழுந்து அவர் அருகே வந்து நிற்கிறாள்.

“நீ கூப்பிடும்போது வருவேன்” என்றுவிட்டு அவர் பையிலிருந்து ஒரு ஐந்து ரூபாய்த் தாளை அவளிடத்து நீட்டுகிறார். அவள் அதை வாங்கிக் கண்களில் ஒற்றிக் கொண்டு, தலையணைக்கு அடியில் வைக்கிறாள். அவர் கதவைத் திறந்துகொண்டு வெளியே செல்கிறார்.

இரவு மூன்று மணிக்கு அத்தான் வீட்டுக்கு வந்தான். அவரைப் பற்றி விசாரிக்க வேண்டும் என்று அவளுக்கு ஆவல். ஆனால் வாடிக்கைக்காரர் யாரிடத்தும் அவள் விசேட ஆர்வம் காட்டுவது அத்தானுக்குப் பிடிக்காது. எனவே அவள் எடுத்த எடுப்பிலேயே, “அவர் எனக்கு அஞ்சு ரூவா கொடுத்தார்” என்றாள்.

“யாரவன்?” என்றான் அத்தான்.

“அதான் நீங்க மொதல்லே கூட்டியாந்தீங்களே, அவருதான்.”

“மொதல்லே யாரெக் கூட்டியாந்தேன்? நான் இன்னிக்கு ஒரு வாட்டிதானே வந்தேன்?”

“அதான், ஏளு ஏளரை மணிக்குக் கூட்டியாந்தீங்களே, அவரே நெனெப்பில்லையா?”

“ஏளு, ஏளரை மணிக்கா? நான் சுப்பு வீட்லேந்து கிளம்பும்போதே ஒம்பது மணி ஆயிருக்குமே!”

“இன்னிக்கும் சுப்பு வீட்டுக்குப் போயிருந்தீங்களா?”

“ஆமாம், இருபது ரூபா வரைக்கும் கெலிப்பு. இன்னைக்கு ஒன்பது மணிவரைக்கும் தெருவுலே தலைகாட்ட வேண் டாம்ன்ட்டு ஏட்டையா சொல்லியிருந்தாரு. நானும் ஒம்பது வரைக்கும் சுப்பு வீட்டோடவே இருந்திட்டேன்.”

“அப்ப, அந்த டெர்லின் சட்டைக்காரரே நீங்க கூட்டி யாரலையா? அவர்கூட ஒரு டாக்டர் வந்தாராமே; நீங்ககூட டாக்குட்டரே வேறே வீட்டுக்குக் கூட்டிப் போனீங்களே?”

“டாக்டரா? அவர் யாரு டாக்குட்டரு? ஒனக்கு என்ன புத்தி தடுமாறிடுச்சா, இல்லே கதவெத் தெறந்து போட்டுக் கிட்டு கனவு கண்டிட்டிருந்தயா?”

“இல்லயே, கதவெ அடச்சிக்கிட்டு மேலேதான் இருந்தேன். நீங்க கதவைத் தட்டினப்பதான் கீளே வந்தேன்.”

அத்தான் முழித்தான்.

அவள் தொடர்ந்தாள்.

“கொஞ்சம் நீளமா முடி வச்சிருந்தார். நீலநெற டெர்லின் சட்டையும் எட்டு மொள வேட்டியும் கட்டிருந்தாரு. ஆனா என்னெத் தொட்டுக்கக்கூட இல்லே” என்றுவிட்டு தேவயானை சிரித்தாள்.

“தேவு, சும்மா உளறாதே. நான் தெருவுக்கு வரும்போதெ மணி ஒம்பதுக்கு மேலே ஆயிரிச்சே. அந்த சாயபுப் பையனே மட்டுந்தானே இன்னைக்கு நா கூட்டியாந்ததே. அதுக்கு முன்னாடி யாரெக் கூட்டியாந்தேன்?”

“நா உளர்றேனா, நீங்க உளர்றீங்களா?” என்றுகொண்டே, தான் அவரிடமிருந்து வாங்கிய ஐந்து ரூபாயை அத்தானிடம் காட்ட தலையணையைத் திருப்பினாள் தேவயானை. தலை யணைக்கு அடியே எதுவும் காணப்படவில்லை. தேவயானைக்கு மெய் சிலிர்த்தது. பதட்டத்தில் தலையணையை முழுமையாகப் புரட்டினாள். எதுவும் காணோம். மெத்தைக்கு அடியிலும், பிறகு தலையணை உறைக்குள்ளும் தேடினாள். ஒன்றும் காணவில்லை. தலையணை உறையின் இரு முனைகளைப் பிடித்துக்கொண்டு தலையணையைத் தலைகீழாகக் கவிழ்த்தாள்.

தலையணை தரையில் விழுந்தது. உறையினுள் தேடினாள். தரையில் தேடினாள். ஐந்து ரூபாயைக் காணோம். அத்தான் முழித்தான்.

"எங்கே போயிருக்கும்; இங்கேதான் எங்காவது இருக்கணும்" என்றாள் தேவயானை நம்பிக்கையோடு.

"எது?" என்றான் அத்தான்.

"அந்த டெர்லின் சட்டைக்காரர் கொடுத்த அஞ்சு ரூபாதான்."

"நீ என்ன கனவு ஏதாச்சும் கண்டாயா?" என்றுகொண்டே அத்தான் சிரித்தான்.

"நீங்கதான் வெறிச்சீலே எல்லாத்தையும் மறந்திடுறீங்க" என்றாள் தேவயானை, இன்னும் காணாமற் போன ஐந்து ரூபாயைத் தேடியவாறே.

"ஒருவேளை மேலே மாடியிலே இருக்கும்" என்றுகொண்டே, தேவயானை வேகமாகப் படிகளேறி மாடியறைக்குச் சென்றாள். அவள் அணைக்காது விட்டுப்போன மெர்க்குரி விளக்கு ஒளியில், அவள் பிரயாசைப்பட்டு இரும்பு வளையத்திலிருந்து தொங்கவிட்ட கயிறும், அதன் கீழ்நுனியை அலங்கரித்த வட்டமும் அவளைத் திகைக்க வைத்தன.

கண்ணதாசன், நவம்பர் 73

ஜி. நாகராஜன்

மனிதன்

வெறுமனே நடக்க வேண்டியதுதான் என்று நினைத்துக்கொண்டான் மனிதன். வெயிலின்னும் சூடேறவில்லை; நடப்பதும் இதமாகத்தான் இருந்தது. ஊர் அவனுக்குப் புதிதுதான் என்றாலும் ஊர்க் காட்சிகளை எந்தவிதத் தனிப்பட்ட லயிப்போடும் பார்க்க வேண்டும் என்று அவனுக்குத் தோன்றவில்லை. வழக்கமாக எல்லா ஊர்களிலும் காணும் காட்சிகளாகவே அவை அவனுக்குப் படுகின்றன – வியாபாரமும், கடைப் பேச்சும் வெட்டிப் பேச்சும்தான் எல்லாம்! எனவே தான் தனக்கே உரித்தான தன்னுயர்வு உணர்வோடே அவன் நடக்கிறான். அந்த உணர்வின் காரணமாகவே அவன் நடையில் ஒரு வகையான அனாயாசம் பிரதிபலிக்கிறது. பின்னால் ஒரு மோட்டார் காரின் ‘ஹார்ன்’ சத்தம் கேட்கவே திடுக்கிடவோ, திரும்பிப் பார்க்கவோ இல்லாமல் சற்றே ஒரு புறம் திரும்பிக் கொள்கிறான். கார் அவனைக் கடந்து செல்லும்போது காரினுள் அவன் பார்வை விழுகிறது. ஒரு யுவனும் யுவதியும் காரின் பின்சீட்டில் ஒருவர் மேல் ஒருவர் சாய்ந்த படி இருக்கின்றனர். ஒரு ஏளனப் புன்சிரிப்பு மனிதனின் முகத்தில் தோன்றி மறைகிறது. இடது கையில் ஒரு தோற்பை, வலது கையில் சிறு வீச்சு இவற்றுடன் அவன் நடந்து செல்கிறான்.

அவன் எங்கே செல்கிறான் என்று அவனுக்கே தெரியாது; அதைப்பற்றி அவன் கவலைப்படுவ தாகவும் தெரியவில்லை. அவனைக் கடந்து ஒரு

பிண ஊர்வலம் செல்கிறது. திருமணம் ஆகி ஒரு வருடத்திற் குள்ளாக இறந்துவிட்ட பெண் என்று பேசிக்கொள்கிறார்கள். மனைவியை இழந்தவன் துக்க வலியால் நடக்க முடியாமல் நடந்து செல்கிறான். அவனுக்கு ஆதரவாக நாலுபேர் அவனை அணைத்துச் செல்கின்றனர். மனிதன் அக்காட்சியைக் கண்டும் காணாமலே நடக்கிறான். அடுத்து மனிதன் நடப்பது ஆர்ப்பாட்டமோ ஆரவாரமோ இல்லாத ஒரு சிறு கோவில். தெருவோரம் இருந்த அக்கோவிலை மிக மிக எளிய தோற்றத்தைக் கொண்ட ஒரு சிலர் வலம் வந்துகொண்டிருக் கின்றனர். மனிதன் அதையும் கண்டும் காணாததுமாகவே நடக்கிறான். அவன் என்ன எல்லாவற்றையும் கண்டறியாதவனா அல்லது எதையுமே காண விரும்பாதவனா? தனது ஒரே தலைவிதி நடப்பதுதான்; நடந்துகொண்டே இருப்பதுதான் என்பது போல் நடக்கிறான் மனிதன். ஆய்வுக்கூடமாகட்டும் சாவுக் கூடமாகட்டும், எல்லாம் ஒன்றுதான் என்ற தோரணை யில் நடக்கிறான் அவன்.

தெருவோரம் ஒரு கடைக்குச் சென்று ஒரு சிகரெட்டு கேட்கிறான் அவன். “என்ன சிகரெட்டு?” என்கிறான் கடைக்காரச் சிறுவன். “எதாவது ஒரு சிகரெட்டு” என்கிறான் அவன். கடைக்காரச் சிறுவன் அவனிடத்து ஒரு சிகரெட்டைக் கொடுத்துவிட்டு அதன் விலையைச் சொல்கிறான். கடைக் காரச் சிறுவனிடத்து சில்லறையைத் தந்துவிட்டு, சிகரெட்டை வாங்கிப் புகைக்க ஆரம்பிக்கிறான். பதினெட்டு வயது நிரம்பிய யுவதி ஒருத்தி கடைக்கு வந்து வெற்றிலைபாக்கு வாங்கி, கடைக்கருகே நின்றுகொண்டு வெற்றிலை போட்டுக் கொள்கிறாள். ஒரு நடுத்தர வயதினன் அவளருகே வந்து, “என்னோடு வா” என்கிறான். “என்ன தருவே?” என்கிறாள் அவள். “தரத்தே தருவேன். வா” என்கிறான் அவன். அவள் வர மறுக்கிறாள். நடுத்தர வயதினன் சென்றுவிடுகிறான். இரண்டு நிமிடம் கழியவில்லை. நடுத்தர வயதினன் ஒரு போலீஸ்காரரோடு கடைக்கு வருகிறான். இதற்குள்ளாக ஒரு குஷ்டரோகப் பிச்சைக்காரன் மனிதனின் அருகே வருகிறான். மனிதன் புகைத்துக்கொண்டே பிச்சைக்காரனைத் தன் கூலிங் கிளாஸ் மூலம் பார்க்கிறான்; பிறகு கூலிங்கிளாசைக் கழற்றிவிட்டு குஷ்டரோகியை உற்று நோக்குகிறான். குஷ்டரோகி மனிதனை நெருங்குகிறான். மனிதன் அசையவில்லை. போலீஸ்காரர் யுவதியை மிரட்டுகிறார். “இந்த ஆள் கையைப் புடிச்சு இளுத்தே யில்ல?” என்று கேட்டுக்கொண்டே யுவதியை அவர் பற்றி இழுக்கிறார். அவள் திமுறுகிறாள். போலீஸ்காரர், நடுத்தர வயதினன் இருவருமாக அவளை இழுத்துச் செல்கின்றனர்.

குஷ்டரோகியின் கவனமெல்லாம் மனிதன் மேலேயே உள்ளது. ‘அந்தத் துண்டு சிகரெட்டையாவது என்கிட்டே கொடுங்க’ என்ற பாவனையில் குஷ்டரோகி மனிதனைப் பார்த்துக்கொண்டிருக்கிறான். இந்த மௌன நாடகத்தைப் பார்த்தவாறே, சௌந்தர்யவதியும் அவளோடு ஒரு கிழவனும் நடந்து செல்கின்றனர். மனிதன் ஒருகணம் அவர்களைப் பார்த்துவிட்டு பார்வையை வேறுபக்கம் திருப்பிக் கொள் கிறான். சிகரெட்டு முடியும் தருணத்தை எட்டிவிட்டது. அது எங்கு விழப்போகிறது என்று கூர்ந்து கவனித்துக்கொண் டிருக்கிறான் குஷ்டரோகி. குஷ்டரோகியின் பார்வை மனிதனின் கை போகிய திசையிலெல்லாம் சென்றுகொண் டிருக்கிறது. மனிதன் சிகரெட்டுத் துண்டை காலடியில் போட்டுவிட்டு அதனை தன் செருப்புக் காலால் நசுக்கு கிறான். மனிதன் நகரவும், குஷ்டரோகி சிகரெட்டுத் துண்டி லிருந்து பிதுக்கப்பட்டுக் கிடந்த புகையிலைத் தூட்களைத் திரட்டி, தூசியை அகற்றிவிட்டு புகையிலைத் தூளை வாயின் ஒரு புறத்தில் வைத்து அழுத்திக்கொள்கிறான்.

மனிதன் நடந்துகொண்டிருந்தான். ஒரு கலியாண வீட்டைக் கடக்க வேண்டி வந்தது. அதனுள்ளும் ஆர்வக்குறைவோடு நோக்கிவிட்டு அவன் தொடர்ந்து நடந்தான். கல்யாண வீட்டின் பந்தல்கால் ஒன்றில் அவன் தலை முட்டியது. மண்டை ‘விண்’ என்று அதிர்ந்தது. அதைப் பொருட்படுத்தாது நடக்க முயன்றான் அவன். கால்கள் தடுமாறின. அவனையு மறியாமல் அவன் கைகள் பந்தல்காலைப் பற்றிக்கொண்டன. அவ்வாறு பந்தல்காலைப் பற்றிககொள்ளாமல் அவனால் நிற்கவே முடியாது என்று அவனுக்குப் பட்டது. கண்கள் மூடின. அவற்றைத் திறக்க முயன்றான்; திறக்க முடியவில்லை.

கண்களுக்குள் பல வேட்டை நாய்களை இழுத்துப் பிடித்துக்கொண்டிருந்த ஒருவன், ‘ச்சு, ச்சு’ என்று நாய்களை உற்சாகப்படுத்திக்கொண்டே ‘ஓடிடுறா, ஓடிடுறா’ என்று மனிதனை அச்சுறுத்தினான். மனிதன் கண்களைத் திறந்தான். ‘இதென்ன பலவீனம்?’ என்று முனகிக்கொண்டே பந்தல் காலைப் பிடித்துக்கொண்டிருந்த கைகளை வீசியெறிந்துவிட்டு முன்னால் நடக்க முயன்றான். ஒரு அடி எடுத்து வைக்குமுன் அப்படியே குப்புற விழுந்தான். வெட்கமாக இருந்தது. அவனது வெட்கம் அவன் முகத்திலும் மார்பிலும் ஏற்பட்ட வலியையும் மறக்கச் செய்தது. இரண்டு உள்ளங்கைகளிலும் காயம். சுற்றுப்புறத்தில் இருந்த யாரும் அவனைக் கவனித்து விட்டார்களோ? மண்டியிட்டு உட்கார்ந்துகொண்டு சற்றே கண்களை மூடினான். மீண்டும் வேட்டை நாய்களின்

கொடூரக் குரல். 'உம் உம், உம்மே, லொள் லொள், உம்மே.' முழங்காலைத் தரையில் ஊன்றிக் கைகளை உயர்த்தி எழுந்து நிற்க முயன்றான். ஏதோ ஒரு சக்தி அவனைக் குப்புறத் தள்ளியது. சிரமப்பட்டு எழுந்து நின்றான். தள்ளாடித் தள்ளாடி நின்றான். அவன்முன் சிறிது தூரத்தில் அவனுடைய 'கூலிங்கிளாஸ்' கிடந்தது. கைப்பை நினைவுக்கு வந்தது. திரும்பிப் பார்த்தான். அவனுக்கு ஆதரவு அளித்த பந்தல்காலின் கீழே பை கிடந்தது. அதனை எடுக்கக் குனிந்தான். அப்படியே குப்புற அடித்து விழுந்தான். இடுப்பில் சுளுக்கிக்கொண்டது. 'அய்யோ' என்றலறினான். இடது கையால் பையைத் தொட்டவாறே கிடந்தான். கண்கள் மூடின. வேட்டை நாய்களை யாரும் இழுத்துப் பிடித்து வைத்திருக்கவில்லை. அவை அவன்மீது சீறித் தாவின. பதறிப்போய் இரண்டு கைகளாலும் பந்தல்காலைப் பற்றிக்கொண்டு எழுந்து நின்றான். முகத்தில் வியர்வை கொட்டியது. கை கால்கள் நடுங்கின. வந்த அழுகையை அடக்கிக்கொண்டான் மனிதன்.

சற்று இளைப்பாறிக்கொண்டான்; சிறிது நேரம் பெருமூச்சு வாங்கிக்கொண்டான். தெம்பு வந்துவிட்டதுபோல் தெரிந்தது. நடந்தது எல்லாம் ஏதோ கெட்ட கனா என்பது போலக்கூடப் பட்டது. உற்சாகத்தை வருவித்துக்கொண்டு பந்தல்காலைப் பற்றியிருந்த கைகளை விடுவித்துக்கொண்டு ஒரு அடி எடுத்து வைத்தான். அவ்வளவுதான், அவனைக் குப்புற விழச்செய்யும் சக்தி செயல்படத் துவங்கிற்று. அதனைச் சமாளிப்பதற்காக ஒரு காலை வேகமாக முன்னுக்கு எட்டி வைத்தான். அது தரையில் கிடந்த அவனது கூலிங்கிளாசை அழுத்தி நொறுக்கியது. ஆனால் விழவில்லை. இரண்டு கால்களையும் அகல விரித்து தரையில் ஊன்றி நின்ற நிலையில் இருந்தான். கால்களை அசைக்க முடியவில்லை. பக்கவாட்டில் இந்தப் புறமோ, அந்தப் புறமோ சற்றுச் சாய்ந்தாலும் தடாலென்று ஒரு பக்கம் விழுந்துவிடும் நிலை. சட்டென்று ஒரு புறமாக காற்று வீசுகிறது. மனிதன் காற்று அடித்த திசையில் விழுகிறான். மண்டை தரையில் மோதுகிறது. தலையின் பின்புறத்தே பலத்த அடி . . .

மனிதன் நகரத்தூடே விழுந்து விழுந்து செல்கிறான். ஒரு அடி எடுத்து வைக்கிறான்; விழுகிறான்; எழுகிறான். இப்படியே செல்கிறான். ஒரு கழுதையின் மீது விழுகிறான்; கழுதை அவனை உதைக்கிறது. நடுத்தெருவில் விழுந்து கிடக்கிறான். ஒரு லாரியின் சக்கரம் அவனது வலது கால் சிறு விரலை உரசிச் செல்கிறது. ஒரு கிழவியின் மீது விழுகிறான். அவள் ஒரு கடைப் பந்தலினின்றும் ஒரு மூங்கிற்கழியை

உருவியெடுத்து கழி ஒடிந்து போகும்வரை அவனைப் போடு போடுவென்று போடுகிறாள். அவன் அதையெல்லாம் பொருட்படுத்தவில்லை. விழுந்து, எழுந்து, உருண்டு, தேய்ந்து தள்ளாடிச் செல்கிறான். ஒருமுறை மல்லாந்து தரையில் விழுந்துவிடுகிறான். இந்தப்புறம் அந்தப்புறம் திரும்ப முடியாது தவிக்கிறான். கைகளைத் தரையில் ஊன்றி எழுந்திருக்க முடியுமா பார்க்கிறான்; முடியவில்லை. கரப்பான் பூச்சியை மல்லாந்து கிடத்தி விட்டால், திரும்பக் கஷ்டப்படுவது போல், அப்படி இப்படி திரும்ப முடியாமல் கிடக்கிறான். கைவண்டி இழுத்துக் கொண்டு ஒரு சிறுவன் வருகிறான். திடீரென்று ஒரு கார் எதிர்படவும் சிறுவன் வண்டியைத் திருப்புகிறான். அதன் ஒரு சக்கரம் மனிதனின் வயிற்றின்மீது ஏறி இறங்குகிறது. சிறுவன் எரிச்சலோடு மனிதனை உதைக்கிறான். அந்த உதையினால் உந்தப்பட்டு மனிதன் இரண்டு கைகளையும் தரையில் ஊன்றி ஒரு புறமாகச் சாய்ந்து உட்கார்ந்துகொள்ள முடிகிறது. அவன் வண்டியின் இரண்டு சக்கரங்களுக்கும் நடுவில் உட்கார்ந்திருக்கிறான். சிறுவன் வண்டியை இழுத்துச் செல்கிறான். இரண்டு தடியன்கள் வருகின்றனர். ஒருவன் மனிதனது இரண்டு கைகளையும் பற்றிக்கொள்கிறான்; மற்றவன் மனிதனது இரண்டு கால்களையும் பற்றி இழுக்கிறான். இரண்டு தடியன்களும் சேர்ந்து மனிதனை அல்லாக்காகத் தூக்கி, இரண்டு மூன்று தடவைகள் தொட்டில் ஆட்டுவது போல் ஆட்டிவிட்டு வீசி எறிகின்றனர்.

மனிதன் நீண்ட பந்துபோல் பறக்கிறான். பறந்து பொத்தென்று தெருவோரம் இருந்த ஒரு குப்பைத் தொட்டியினுள் விழுகிறான். குப்பைத் தொட்டியின் விளிம்பில் அவனது பின்கழுத்தும், இரண்டு கால்களின் முழங்கால் பகுதியின் பின்புறங்களும் அழுத்திக்கொண்டிருக்கின்றன. தலையும் கால்களும் வெளியே தொங்கிக்கொண்டிருக்கின்றன. உடலெல்லாம் காயம்; ரத்தம் கசிந்து, கசிந்து வெளியேறிக்கொண்டிருக்கிறது. அதனோடு வியர்வையும் கலந்துகொள்கிறது. குப்பைத் தொட்டிக்குக் கொஞ்ச தூரத்தில் ஒரு குஷ்டரோகப் பிச்சைக்காரன் ஒரு பீடியைப் புகைத்துக்கொண்டிருக்கிறான். அவன் மனிதனைப் பார்த்ததும், "ஏன் அண்ணே, துண்டு பீடி வேணுமா?" என்று கேட்டுவிட்டுச் சிரிக்கிறான்.

சதங்கை, ஜனவரி 1974

இலட்சியம்

சொல்ல வாயெடுக்குமுன், சொல்ல வந்ததற்கு நேர் மாறான கருத்து குறுக்கே விழுகிறது. எதைச் சொல்வது? (சிரிக்கிறேன்) ஒருவகையில் பார்த்தால் ஒருகண நேரம் மாதிரிதான் தெரிகிறது; சொல்லப் புகுந்தாலோ ஒரு வண்டிச் சுமையாக மாறிவிடு கிறது. மறு வகையில் பார்த்தால் எல்லாம் நீண்ட நேரம் நடந்தது போலவும் இருக்கிறது; ஆனால் சொல்வதற்கோ நாலு வார்த்தைகளுக்கு மேல் அங்கு இடமில்லை... எல்லாருமே திருவிழா என்றுதான் சொன்னார்கள். மகத்தான திருவிழா, மகோன்னதத் திருவிழா, யாரும் கண்டிராத திருவிழா, இதுவரை வந்திராத, இனிமேல் வரவேமாட்டாத திருவிழா என்றுதான் சொன் னார்கள். நானும் நம்பினேன். (பின்பு நம்பாமல்?) ஆனால் யாரையும் குற்றம் சொல்வதற்கில்லை. திருவிழா மாதிரிதான் இருந்தது! அத்தனை ஜனத்திரள்! குதூகலம், மகிழ்ச்சி, கொண்டாட்டம், நிலைகொள்ளாத தவிப்பு, எதிர்பார்ப்பு, ஒரு மன விழிப்பு, ஒரு நாடல், வேண்டல் எல்லாமே தான் அங்கு இருந்தன. திருவிழா இல்லையென்று யார் சொல்லுவார்கள்? திருவிழா இல்லாமலா கண்ணைப் பறிக்கும் அத்தனைக் காட்சிகளும்? அத்தனை மயக்கமும், பிரமிப்பும், எதிர்பார்ப்பும், நம்பிக்கையும் திருவிழா என்றதால்தானே? எத்தனையெத்தனை கருவிழிகள். மேனியழகு, கும்மாளம், குழந்தை குட்டிகள், அவை களின் விளையாட்டும் அழுகையும், பெற்றோர்களின் கைகளைப் பற்றிக்கொண்டு கூட்டத்தில் அவர் களோடு ஒட்டிக்கொண்டு செல்வதில் அக்குழந்தை களுக்கு ஏற் படுகிற குஷி – எல்லாவற்றையுமே

யாரும் பார்த்தால் திருவிழா இல்லை என்று சொல்லவே மாட்டார்கள்.

கூட்டத்தோடு கூட்டமாக நானும் நின்றுகொண்டிருந்தேன். தெரிந்தவர், தெரியாதவர், வேண்டியவர், வேண்டாதவர், நம்மவர், அயலார் என்று மக்கள் கூட்டத்தைப் பிரித்துப் போட்டு நானும் கூடவே இருந்தேன்; கூடவே நகர்ந்தேன். இருந்தாலும் மனதிலே ஒரு சந்தேகம். இருக்கக்கூடாத இடத்திலே இருப்பது போன்ற ஓர் உணர்வு. சேரக்கூடாத இடத்திலே சேர்ந்துவிட்டோமோ என்று பயம் ஒரு பக்கம். "திருவிழாதானே, எதுவும் சந்தேகமில்லையே?" என்று ஒரு வரைப் பார்த்துக் கேட்டுவிட்டேன். நல்லவேளை, கேட்டவர் சிரிப்பாய்ச் சிரித்தார்! கண்ட கண்ட பேர்களிடத்தெல்லாம் நான் கேட்டதைச் சொல்லி மீண்டும் மீண்டும் சிரித்தார். கேட்டவர் அனைவரும் சிரித்தனர். "திருவிழாதானே?" என்று சந்தேகம் கொண்டு கேட்டதற்காக நான் வெட்கமடைந்தேன். இத்தனை பேர்கள் சொல்லும்போது திருவிழாவாகத்தானே இருக்க வேண்டுமென்று எனக்கும் உறுதி ஏற்பட்டது. அதற்குப் பிறகு மீண்டும் ஒருமுறைகூட எனக்கு அந்தச் சந்தேகம் வர வில்லை. எல்லாரோடும் சேர்ந்துகொண்டு, அது திருவிழா வாகத்தான் இருக்க வேண்டும் என்று நான் புரிந்துகொண்டேன். இல்லாவிட்டால் காதுகொள்ளாத அப்படி ஒரு இரைச்சல் இருக்க முடியுமா?

கூட்டத்திலிருந்து வந்த அத்தனை இரைச்சலும், தனித் தனிக் குரல்களும், எப்படி ஒரே தேர்வடம் மாதிரி உருவெடுத்து அத்தனை பேரையும் அணைத்துக்கொண்டது! அதற்குப் பிறகுதானே தெரிந்தது, அவர்கள் எழுப்புவது வெவ்வேறு வகைப்பட்ட ஒலிகள் இல்லை, ஒரே தன்மையான ஒலிதான் என்று. ஆமாம். அந்த ஒலிதான் என் ஊனுக்குள் புகுந்து மனத்தின் வழியே எவ்வளவு கம்பீரமாக ஒலித்தது! ஆனால் காதில் விழும் சப்தமெல்லாம் காலைச் சுற்றும் கயிறு போலவா என்னை இழுத்துச் செல்ல வேண்டும்? கால்களைப் பார்த்தேன். பாதங்கள் ஒரே ரணமாக இருந்தன. அந்தச் சிவப்பைக் கண்டதும் ஒரு சந்தேகம் மனதைத் தட்டிற்று. 'யார் என்ன வேண்டுமானாலும் நினைக்கட்டும்; திருவிழா தானா என்று கேட்டே விடலாம்' என்று நான் துணிந்த நேரத்தில், பல பெண்கள் தட்டுகள் நிறைய நைவேத்தியங்கள் எடுத்துச் செல்வதைப் பார்த்தேன். அவர்களது முகங்களை நோக்கினேன். பாவம், இத்தனை பக்தியும் நம்பிக்கையும் உள்ள இவர்களுமா ஏமாந்து போவார்கள்? மாட்டார்கள், மாட்டவே மாட்டார்கள்! அவர்கள் விழைந்து வந்திருந்தது திருவிழா

வுக்குத்தான். மற்றவர்களையும் பார்த்தேன். பலரும் புத்தாடைகள் அணிந்திருந்ததாகத்தான் தெரிந்தது. திருவிழாதான் என்ற நம்பிக்கை பலப்பட்டது. கூட்டத்தின் ஒருமித்த ஒலி பாசக் கயிறு போல் எங்கள் காலிலோ, கழுத்திலோ, முதுகிலோ, வேறெங்கோ விழுந்து இங்கு அங்கு என்று நாங்கள் சென்று விடாதபடி எங்களை நயமாகவே இழுத்துச் சென்றது. காலோ கையோ யாருக்காவது வலித்திருந்தால், அதுகூட அவர்களுடைய தவறுதான் என்று தெரிந்துகொண்டேன். கயிறு இழுத்த திசையில் மட்டும் அவர்கள் தாமாக நடந்தால் உடலில் எங்கும் உபாதை ஏற்பட்டிருக்காது. உண்மையில் எல்லாரும் குஷியாகவே அசைந்துகொடுத்துக்கொண்டிருந்தோம். ஒருவர் காலை ஒருவர் மிதித்துக்கொண்டு, ஒருவர் இன்னொருவர் கையைப் பற்றிக்கொண்டு, ஒருவர் கை மற்றவர் கழுத்தை அணைத்தவண்ணம் அல்லது நெரித்தவண்ணம், எல்லாரும் பூரிப்போடு, மனக்கவலையை அடித்து விரட்டி, உள்ளத்தை மகிழ்ச்சி மட்டுமே உறைகொள்ளும் வெற்றிடமாக்கி அனைவரும் நகர்ந்துகொண்டே காத்திருந்தோம்; காத்தபடியே நடந்தோம். உச்சிவேளையானபோது எங்களுக்கு நிலையே கொள்ளவில்லை. அத்தனை ஆர்வம், ஆரவாரம், அமளி! கூட்டம் கொந்தளிக்கிற கடலாக, அலைகள் மோதி, உயர்ந்து, விழுந்து, முட்டி மோதிச் சிதறியது. அடிபட்டுக்கொண்டும், மிதிபட்டுக்கொண்டும், உதைபட்டுக்கொண்டும், எங்களது விருப்பத்தை மட்டும் துளியளவும் துறந்துவிடாமல் நாங்கள் "திருவிழாவுக்கு ஜே!" என்று உரக்கக் கத்தி வாழ்த்தினோம்.

"திருவிழா எங்கே?" என்று என்னருகில் இருந்தவன் கேட்கவும், எனக்குத் தூக்கிவாரிப் போட்டது. நாலு பேர் எட்டிப் பாய்ந்து, அவன் வாயை அடைக்குமுன், வேறொரு குரல், "திருவிழா எங்கே?" என்று பயங்கரமாக அலறியது. நான்தான் திடீரென்று எட்டுப் பக்கமும் குதித்து, எனது அத்தனை கைகளையும் கொண்டு அத்தனை பேர் வாய்களையும் அடக்கினேன். "திருவிழா வாழ்க! திருவிழா வாழ்க!" என்று பல தடவை வெறிபிடித்தவன் போலக் கூச்சலிட்டேன். அந்த ஜனசமுத்திரமே என்னைத் தொடர்ந்து, திருவிழாவுக்கு வாழ்த்துக் கூறி (இல்லாவிட்டால், கூறுவது போலவா?) அலறியது. கொஞ்சம் இளைப்பாறுவது போல் நான் கத்து வதை நிறுத்திக்கொண்டேன். ஆனால் மற்றவர்கள் இன்னும் உரக்கக் கத்தினர். அந்தப் பெரும் இரைச்சலில் என்னுடைய குரலையும் சேர்ப்பது தேவையற்றதாகப் பட்டது. ஆனால் என்னில் குற்றவுணர்வு எதுவும் ஏற்படாதிருக்க, மனதுக் குள்ளேயே திருவிழாவை வாழ்த்தி வணங்கினேன். அத்தகைய

பக்தி, நம்பிக்கை! "சேர்ந்தே செல்லலாம்" என்று கூறிக்கொண்டு சிலர் என்னருகே சேர்ந்துகொண்டனர். அவர்களில் ஒருத்தி என்னை விழுங்குபவள் போலக் கண்களை விரித்துப் பார்த்து, என்னை அங்குமிங்கும் பார்க்கவொட்டாது தடுத்தாள். அவளும் திருவிழாவுக்குத்தானே வந்திருப்பாள் என்று தேர்ந்து, நானும் அவளோடு சேர்ந்துகொண்டேன். திருவிழாக் கூட்டம் அசைந்து சென்றுகொண்டிருந்தபோதே நானும் அவளும் ஓரிரு தடவைகள் கள்ளச் சிரிப்பு பரிமாறிக்கொண் டோம். அப்போதுதான் ஒரு பயங்கர அதிர்ச்சி என்னைத் திடீரென்று தாக்கியது! "தேர் போய்விட்டது; இனி வராது" என்ற சொற்கள்தாம் எனக்கு அவ்வதிர்ச்சியைத் தந்தன. கீழுலகத்திலிருந்தோ வேறெங்கிருந்தோ, ஒரு நீண்ட இருண்ட குகையில் படுத்துப் புரண்டு வந்தன போன்று ஒலித்தன அச்சொற்கள். சுற்றுமுற்றும் பார்த்தேன். யாரும் எதையும் கவனித்ததாகத் தெரியவில்லை. கூடவே வந்துகொண் டிருந்தவளைப் பார்த்தேன். அவளும் அந்த அசரீரியைக் கேட்டிருப்பாளோ என்று அவளை நோக்கினேன். அவள் ஒன்றும் தெரியாதவள் போன்றே இருந்தாள். "தேர் போய் விட்டதா?" என்று அவளைக் காதோடு காதாய்க் கேட்டேன். "இப்ப எதுக்கு அந்தப் பேச்செல்லாம்? திருவிழா முடியட்டும்; பார்த்துக்கொள்ளலாம்" என்றாள் அவள். எனக்குச் சமாதானம் ஏற்படவில்லை. மீண்டும் அவள் காதில், "திருவிழா என்றால் தேரொன்று வேண்டாமா?" என்றேன். "அதுதான் தேர் வந்தது என்கிறார்களே!" என்று பதிலுக்கு என் காதோடு கூறிவிட்டு, உரக்க நான்கு பேர் கேட்கும்படியாக என்னிடத்து, "நன்றாக இருக்கிறது, நீங்கள் கேட்பது? தேரில்லாமல் திருவிழா உண்டா?" என்று கேட்டாள். அவள் அவ்வாறு கூறியது எவ்வளவு சாமானிய உண்மை என்றுணர்ந்ததுபோல், பதிலேதும் சொல்லாமலேயே நான் விழுந்து விழுந்து சிரித்தேன். (தேரில்லாமல் திருவிழாவாம்!) வயிறு வலித்து மூச்சுத் திணறி, களிப்பு மிகுந்த ஒரு நிலையின் விளிம்பில் நின்று கொண்டு சிரிப்பாய் சிரித்தேன். இப்போதுங்கூட நினைத்தால் சிரிப்பாய்த்தான் வருகிறது. தேரில்லாமல் திருவிழாவாம்! திருவிழா இல்லாத தேராம்! எது இல்லாது, எது இருக்க முடியும்? இது புரியாது போயிற்றே என்று வெட்கப்பட்டு, மற்றவர்களோடு சேர்ந்துகொண்டு தேரின் கம்பீரம், அதன் மென்மை(!), அதன் தன்மை, அதன் உறுதி, அதன் அழகு எல்லாவற்றையும் பற்றி கற்பனைக்கு வந்தபடி பேசினேன். எல்லாரும் திவ்யமாகவும், ஜெகஜோதியாகவும், மலர்க்குவிய லாகவும், புத்தம் புதிதாயும், மாசு துடைப்பதாயும், தூய்மையின் உருவாயும் விளங்கியதாகப் பேசி மகிழ்ந்தோம். (காணப்

போவதை அல்லது கண்டு மகிழ்ந்ததைப் பற்றிப் பலரும் கூடிப்பேசினால் அதற்கும் ஒரு புது மெருகு கிடைத்து விடுகிறதல்லவா?)

இந்தப் பேச்சினூடே கூட்டம் சிறிது சிறிதாகச் சிதற ஆரம்பித்தது. மிகவும் நெருக்கமான கூட்டமாதலால், மெள்ள மெள்ளக் கூட்டம் நெகிழ்ந்து பரவுவதுபோல் தோன்றியது. "இனிமேல்தானே தேர் வரும்?" என்று என்னருகில் இருந்தவள் கேட்டாள். "அப்படித்தான் தெரிகிறது" என்றேன். "அப்படியானால் இப்போது போயிற்றே, அது தேரில்லையா" என்றாள் அவள் தொடர்ந்து. எனக்குக் கோபம் கோபமாக வந்தது. "இது திருவிழா இல்லையா? தேரில்லாமல் திருவிழா உண்டா?" என்று அவளைக் கடிந்தேன். "தேரெங்கே?" என்றாள். "எல்லாரும் பார்த்தது தேரில்லாமல் என்னவாம்?" என்றேன். அவள் சமாதானப்பட்டவளாகத் தெரியவில்லை. உண்மையில் அது திருவிழாவானால் அதில் எல்லாரும் பார்த்தது தேராகத்தான் இருக்க வேண்டும் என்று அவள் ஒத்துக் கொண்டுவிட்டு, "எதற்கும் தேர் வருகிறதா பார்ப்போம்" என்றாள். "சரி" என்றுவிட்டு, நாங்கள் இருவரும் தேரைப் பற்றியும் திருவிழாவைப் பற்றியும் சந்தேகப்படும் வகையில் உரக்கப் பேசியது தவறு என்று அவளுக்குச் சுட்டிக் காட்டினேன். மீண்டும் அதே உரையாடலை இருவரும் காதோடு காதாய் பரிமாறிக்கொள்ள அவளும் சம்மதித்தாள். அதற்குள்ளே, "தேர் எல்லோர் கண்களுக்கும் தெரியாது" என்று அவளிடத்துச் சொல்லிவிடலாமா என்று நினைத்தேன். அப்போதுதான் அவள், "இது திருவிழாவோ என்னவோ, தேர் வருமோ வராதோ, இந்தத் திருவிழாத் திடலையும், இத்தனை ஜனங்களையும் பார்த்தோமே, அது போதும்!" என்று அசட்டுத்தனமாக உரக்க உளறியது எனக்கு ஆத்திரத்தையும் கோபத்தையும் ஏற்படுத்திற்று.

முன்னறிவிப்பு இல்லாமல் அலற ஆரம்பித்தது ஒலி பெருக்கி. அதன் அறிவிப்பைக் கேட்டதும் ஜனங்கள் நான்கு பக்கங்களிலும் பரந்து கூடினர். "என்ன அறிவிப்பு?" என்றாள் என் சிநேகிதி. "ஏதோ தேரைப் பற்றித்தான் போலிருக்கிறது" என்று கூறிகொண்டே நான் சுற்றுமுற்றும் பார்த்தேன். சடசடவென்று கண்கண்ட திக்கெல்லாம் மக்கள் ஓடிக்கொண்டிருந்தனர். "நாமும் ஓடுவோம்" என்றாள் அவள், என் கையைப் பற்றி இழுத்தவாறே. நான் ஏற்கெனவே ஓடத்தலைப்பட்டிருந்ததை அவள் கவனிக்கவில்லை போலும். அப்போதுதான் அந்தத் திடல் எவ்வளவு பெரிதாகவும், அழகாகவும், எத்தனை எத்தனை இரகசியங்களைக் கொண்டதாகவும் இருந்தது

என்பதைப் புரிந்துகொண்டேன். ஓடுகிற மக்கள் கூட்டமும் பார்க்கப் பரவசமளித்தது. மற்றவர்களோடு போட்டி போட்டுக் கொண்டு விழுந்தும் எழுந்தும் உருண்டும் சாய்ந்தும் சறுக்கியும் வழுக்கியும், மிதிபட்டும் இடிபட்டும் உதைபட்டும் குத்துண்டும் ஓடவோ நிற்கவோ எண்ணாமல் ஓடிக்கொண்டே இருந்தோம். திருவிழாவைப் பற்றிப் பேச்சே இல்லை. பேசுமளவுக்கு யாரும் அருகில் நின்றால்தானே? சமயங்களில் கூட்டத்தை விட்டுத் தனித்து ஓடுவதாக ஒரு எண்ணம்; ஆனாலும் முன்னும் பின்னும், இன்னும் இரண்டு பக்கங்களிலும் ஓடுபவர்கள் பலரைப் பார்க்க முடிந்தது. அவர்களைப் பார்த்துச் சிறிது ஊக்கம் கொள்ளவும் முடிந்தது. தனித்தும், கூட்டாகவும் ஓடிக்கொண்டிருந்தது ஒருவகையில் ரம்மியமாக இருந்தது; சமயங்களில் அலுப்பைக் கொடுத்தது. அலுத்துப் போன நேரங்களில் உள்ளமும் உடலும் மரத்துப் போய் ஓடுவதே ஒரு பிரமை என்று பட்டது. 'நான் ஓடவில்லை; காற்றுதான் என்னை அடித்துச் செல்கிறது' என்ற எண்ணம் உள்ளத்தில் ஏற்பட்டது. நான் ஓடுவதாக பாவனை செய்து கொண்டிருந்ததாக உணர்ந்தேன். சோர்ந்த நேரத்தில் ஓடுவதை நிறுத்தினேன். என்ன வேடிக்கை! காற்றுதான் என்னை இழுத்துச் சென்றுகொண்டிருந்தது! (இது வேடிக்கை இல்லையா?) நான் ஓடுவதோ, ஓடுவதாக நடிப்பதோ அவசியமில்லை என்று பட்டது. 'ஓடாது இப்படியே நின்றுவிடுவோமா?' என்றும் நினைத்தேன். துணிச்சல் வரவில்லை. பாவனை செய்தே பழகிவிட்டது போலும் என நினைத்துக்கொண்டே மீண்டும் ஓட ஆரம்பித்தேன். அந்த ஓடுதலில்தான் எந்த அளவுக்குப் பாசாங்கும் பொய்மையும் கலந்திருந்தன! பாவனைதான் செய்துகொண்டிருந்தேன். இருந்தாலும் கால்கள் நொந்தன. மூச்சுவாங்கியது. பாவனைதான் பண்ணுகிறோம் என்று தெரிந்தும், அவ்வாறு பாவனை பண்ணுவதும் அவசியமா கிறதே? எனக்குள் வருந்தினேன். "நீ நினைப்பது சரி" என்றார் பக்கத்திலிருந்த ஒருவர். "எப்படி?" என்றேன். "உன்னை நீயே முழுமையாக ஏமாற்றிக் கொள்ளும்போதுதான் உன்னை நீயே சோதித்தறிகிறாய்" என்றார். "நம்பிக்கை இல்லையே?" என்றேன். "இல்லையா?" என்று கேட்டார். நான் பதிலுக்கு, "இதெல்லாம் உங்களுக்கு எப்படித் தெரிந்தது?" என்றேன். "அதுதான் ஒலிபெருக்கிக் கூறியதே" என்றார். "நான் கேட்க வில்லையே!" என்றேன். "எல்லாருக்கும் அது கேட்காது" என்றார். "யாருக்குக் கேட்கும்?" என்றேன். அவர் போய்விட்டார்.

சிறிது நேரத்தில் எனக்குத் 'திக்'கென்றது. ஆற்றங்கரையில் எனது சில பொருட்களையும், அவற்றைக்கொண்ட பையையும்

மறந்து விட்டுவிட்டு வந்தது நினைவுக்கு வந்தது. நின்று திரும்பிப் பார்த்தேன். சற்று தூரமே வந்துவிட்டதுபோல் தெரிந்தது. பையை ஓடிப்போய் எடுத்து வந்துவிட்டால்? "வந்த வழியே திரும்பி ஓடலாம் என்று நினைக்கிறீர்களா?" என்று கேட்டான் என்னோடு ஓடிக்கொண்டிருந்த ஒரு சிறுவன். "ஆமாம்" என்றேன். "உங்களால் முடியாது" என்றான் சிறுவன். "ஏன்?" என்றேன். "நீங்கள் திரும்பி வருவதற்குள் தேர் போய்விடும்" என்றான் சிறுவன். "அப்படியானால் தேர் வருமா?" என்றேன். "வந்தால் நான் சொல்கிறேன்" என்றான் சிறுவன். "தம்பீ, நீ கொஞ்சம் இடக்காகவே பேசுகிறாயே!" என்றேன். "நீங்களும்தான் கொஞ்சம் இடக்காகவே புரிந்து கொள்ளுகிறீர்கள்" என்றான் சிறுவன். "இப்போது என்ன செய்வது?" என்றேன். "பேசாமல் மேற்கொண்டு நடவுங்கள்" என்றான் சிறுவன். வழக்கமான வேகத்தில் நான் ஓடத் தலைப்பட்டேன்.

"பார்த்துப் போங்கள்" என்றாள் என் சிநேகிதி. இப்போது தான் நினைவுக்கு வருகிறது – அப்போது என்னருகே அவளைக் கண்டதாக நினைவில்லை. ஆனால் அவள் குரல் மட்டும் என் காதுகளில் நன்றாக ஒலித்தது. ஓடினேன். என்னோடு ஓடிவந்த பலரை இப்போது என்னைச் சுற்றிக் காண முடிய வில்லை. அவர்கள் எல்லோரும் எங்கே? புதுப்புது முகங்கள் என்னைக் கடந்து ஓடின. 'வேடிக்கையான ஓட்டம்! ஆளுக் கொரு அவசரம், ஆளுக்கொரு வேகம்!' என்று நினைத்துக் கொண்டேன். நான் தலைகுப்புற விழுந்தது அப்போதுதான். முகம் தரையில் மோதுற, நெஞ்சு தரையில் அடிகொள்ள விழுந்துவிட்டேன். சிறு கல்லோ புல்லோ காலைத் தட்டி யிருக்க வேண்டும். பற்கள் நொறுங்கிவிட்டன; நாவு அவற்றின் கூர் முனைகளை அனுதாபத்தோடு வருடிக் கொடுத்தது. உதடுகளிலே ரத்தம். மூக்கில், வாயில், கன்னங்களில், காது களில், கழுத்தில் எங்கும் சிவப்பு மயம். கண்கள் தெரிந்ததாகப் பட்டது. ஆனால் கண்கள் கண்டது எதுவும் தெளிவாக மனதில் பதியவில்லை. பொறுக்க முடியாத அவமானத்தி லிருந்து தப்பியோட விரும்புவது போல், அநேகர் தலைகளில் துணிகளைச் சுற்றிக்கொண்டு நிழல் வடிவங்களாக ஓடி மறைந்தனர். காதுகளில் நிறைந்த இரைச்சல், நீண்ட நெடுங் காலமாகப் பழகிய நண்பனாக, என்னிரு புறமும் எனக்குப் பக்கபலமாக இருப்பது போல் இருந்தது. தங்களது வயிறுகளை இரு கைகளாலும் பிடித்துக் கொண்டு ஒரு சிலர் வட்டமாக என்னைச் சுற்றி நின்றனர். அவர்கள்தான் என்னை மல்லாத்திக் கிடத்தி இருக்க வேண்டும். அவர்கள் ஏதேதோ சுருக்கமாக

ஜி. நாகராஜன்

இரண்டு மூன்று வார்த்தைகளில் பேசினர். அவர்களது குரல்கள் என் காதுகளில் இருந்த இரைச்சலோடு உருத் தெரியாமல் ஒன்றின. நான் மல்லாந்து கிடந்தேன். நான் எதையோ செய்யப் போவதைப் பொறுமையற்ற நிலையில் எதிர்பார்த்தவர்போல் அவர்கள் என்னருகே முகங்களைக் கொண்டுவந்தனர். நான் செய்யக்கூடிய காரியம் மிகவும் நுட்பமானது போன்று, அவர்கள் மிகவும் நுட்பமாகக் கவனித்துக்கொண்டிருந்தனர். நான் அந்தக் காரியத்தைச் செய்து முடித்த அடுத்த கணமே, அதை அடையாளம் கண்டுகொள்ள வேண்டுமென்று அவர்கள் துடித்ததாக எனக்குத் தெரிந்தது. என்னைச் சூழ்ந்திருந்த தலைகளுக்கு இடையே தெரிந்த வானவெளியைப் பார்க்க வேண்டும் என்ற துடிப்பு எனக்கு வந்தது. ஆனால் அவர் களைக் காக்கவைத்துக் கொண்டிருப்பதும் எனக்கு மிகவும் அநாகரீகமான, தேவையற்ற செயலாகப் பட்டது. இன்னும் திருவிழாக் கூட்டம் அடங்கிய வழியாகத் தெரியவில்லை. கூட்டத்தினர் எல்லோரும் கண்களை அகல விரித்து, கைகளை ஆட்டிக்கொண்டு ஊர்வலமாகத் தேரை எதிர்கொள்ளச் சென்றுகொண்டிருந்தனர்.

கணையாழி, அக்டோபர் 1974

ஓடிய கால்கள்

அரை மணி நேரத்துக்கு முன்னதாகவே அந்தச் சூரிய வெப்பம் அவனைத் தாக்க ஆரம்பித்து விட்டது. மல்லாந்து கிடந்த அவன், வெப்பத்தை விரட்டுவது போல உடலை அசைக்கவும் தலையைத் திருப்பவும் முயன்றான். தலையைத் திருப்புவதில் அவ்வளவு கடினம் இல்லை; கழுத்து நன்றாகத்தான் இயங்கிற்று. உடலில்தான் ஒரு விறைப்பு; அவனைக் கழுத்துக்குக் கீழே, இழுத்துக் கட்டிப்போட்ட மாதிரி சற்று வலிந்து உடல் திரும்ப முயன்றபோது, இரண்டு முழங்கால்களும் பொருமின – 'அப்பா!' என்று சொல்லி வலியைத் தணித்துக்கொள்வதுபோல.

உடல் சிறிது நேரம் அசைவற்றுக் கிடந்தது. இருபது ஆண்டுகளாவது புழுதியிலும் பாறையிலும், இரண்டு கைகளுக்கு ஆதரவாக மனிதனின் மிகப் பூர்வகாலக் கருவிகளின்றி வேறெதையும் கொள்ளாமல் இயற்கையோடு முட்டி மோதி, வேறெந்தப் பலனையும் காணாமல் ஒரு வைரத்தின் உறுதியைப் பெற்றுவிட்ட உடல். கறுத்து மென்மையை இழந்து விட்டு, அதற்குப் பதிலாக ஒரு பாதுகாப்பான முரட்டுத் தோலை வாழ்க்கைப் போரில் கிடைத்த மற்றொரு சிறு வித்தாகக் கொண்டுவிட்ட உடல். அவ்வுடலில் இயற்கைக்கு மாறாக, ஆங்காங்கு கைகளிலும், புயத்திலும், விலாப்பக்கங்களிலும் தடிப்புகள். மாணிக்கம்போல் உறைந்துவிட்ட கீற்றுகள். ஆங்காங்கே கறுப்பு வரிக்கோடுகள் சில இடங்களில், குறிப்பாக மார்பில் நாலு ஐந்து சென்டிமீட்டர் அகலத்தில் தடயங்கள். இடுப்புக்குக்

ஜி. நாகராஜன்

கீழே அழுக்கடைந்த வேட்டி. உங்களுக்குச் சற்றுக் கூரிய பார்வை இருந்தால், உடலின் முழங்கால்கள் சற்றுப் பருத்து இருப்பதுபோல் வேட்டிக்கு மேலேயும் தெரியும். மேலும் அவை சிறிதும் அசையாமலேயே கிடக்கின்றன.

சூரிய ஒளி ஒரு ரூபாய் அளவுக்கு வட்ட வடிவில் உடலின் கையை எட்டியது. அதன் இயக்கத்தில் ஒரு விளையாட்டுத் தன்மை இருந்தாலும், அதன் முகத்தில் செம்மை, தாமிரத் தகடுபோல் தகித்தது. உடல் கழுத்தை அசைத்தது; கண்களை விழித்தது. ஒரு பெருமூச்சு உடலைக் குலுக்கிற்று. நா வறண்டது. 'தண்ணீ!' உடல் கத்திவிட்டது. உடல் அவனாயிற்று.

"உம் . . . . . . ண்ணி" அவன் செவிகளுக்குள் ஒலி புகுந்தது. திரும்பிப் பார்த்தான். லாக்கப்பின் கம்பிகளுக்கு அப்பால் ஒரு போலிஸ்காரர் நின்றுகொண்டிருந்தார்.

"அய்யா, கொஞ்சம் தண்ணீ" – உடல் முறையிட்டது.

போலீஸ் ஸ்டேஷனில் இருந்த டெலிபோன் மணி அடிக்கவும் போலீஸ்காரர் ஃபோனுக்கு ஓடினார். சிறிது நேரம் ஏதோ பேச்சு. பிறகு போலீஸ்காரர் ஒரு பீடியைப் பற்ற வைத்துக்கொண்டு நாற்காலியில் "அய்யா, கொஞ்சம் தண்ணி தாங்கைய்யா. தவிச்சு சாகணும்னு நெனெச் சிருக்கீங்களா?"

"த . . . யெழி". தடியைச் சுழற்றிக்கொண்டு போலீஸ்காரர், பீடியையும் தூக்கி எறிந்துவிட்டு, நாற்காலியிலிருந்து குதித்து எழுந்தார்.

"மூணு பேர் சீட்டுக் கிளிஞ்சிருக்குமே இன்னிக்கு. அரை மணி நேரம் போயிருந்தா உன்னை எவன் போய் எப்படிக் கண்டுபிடிச்சிருப்பான்? சந்தை நாள் வேறே . . . ! நீ என்ன மாமூல்வாதியா பிடிச்சிக்கலாம்னு விட்டுட?"

மனிதனுக்கு சுருக்கென்றது. அவன் ஒரு கைதி. தப்பி ஓட முயன்ற கைதி. சட்ட ஒழுங்குச் சக்திகளோடு அவன் மோதினான், போதுமான சுதந்திரம் இல்லாமல். அதன் விளைவு இது. நா வறட்சி மறந்துவிட்டது. நினைவு வேலை செய்தது. காலை ஒன்பது மணியிலிருந்து பத்து மணிக்குள் நடந்த விபரீதம். இரவிலேயே அவனை ஆஸ்பத்திரிக்குக் கூட்டிச் சென்று, டாக்டர் சர்ட்டிபிகேட் எடுத்து லாக்கப்புக்குக் கொண்டுவந்துவிட்டார்கள். காலை எட்டு எட்டரைக்குத்தான் எழுந்திருப்பான். சுமார் பத்துப் பனிரெண்டு கைதிகளோடு அவனும் ஒருவனாய் போலீஸ் ஸ்டேஷனின் பின்புறத்தில் ஒரு தாழ்வாரத்தில் இருந்ததை உணர்ந்தான். அவர்கள்

எல்லாரும் ஏற்கனவே விழித்துக்கொண்டுவிட்டவர்கள். ஸ்டேஷனுக்குள் ஏழெட்டு போலீஸ்காரர்கள் நடமாடிக்கொண்டிருந்தனர். அவர்களில் இருப்பவர் வெளியே போவதும், வெளியிலிருந்து புதுப் போலீஸ்காரர்கள் வருவதும், உடைகள் மாற்றிக்கொள்வதும், பீடி சிகரெட் பிடிப்பதும், சமயங்களில் கலகலப்பாகவும், சமயங்களில் ஏதாவது ஒன்றைக் கடிந்தும், பொதுவாக உரக்கப் பேசியவர்களாகவும் சிரித்தவர்களாகவும் இருந்தனர். அவன் தன்னைச் சுற்றியிருந்த கைதிகளைப் பார்த்தபோது அவர்கள் அனைவருமே தமக்குள்ளோ, வெளியிலிருந்து வந்தவர்களோடோ, போலீஸ் அதிகாரிகளோடோ பேசியவண்ணமும் சமயங்களில் தர்க்கித்தவண்ணமும் இருந்தனர். தாழ்வாரத்தில் இருந்த பெரிய தொட்டி நிறைய தண்ணீர் இருந்ததாலும், அதில் தொடர்ந்து தண்ணீர் பைப்புகளின் வழியே கொட்டிக்கொண்டிருந்ததாலும், கைதிகளும் போலீஸ்காரரும் சற்றுச் சிறுக விலகி நின்று பல் விளக்குவதும், கழுவுவதும், பலகாரங்கள் உண்டுவிட்டு வாய் கழுவிக் கொள்வதுமாய் இருந்தனர். அவனுக்கு அவர்கள் மீது சற்றுப் பொறாமை ஏற்பட்டது. ஆனால் அது இன்னும் தணியாத போதையின் விளைவு. இயற்கையில் அவனுக்குப் பொறுமை கிடையாது. தரித்திருத்தலுக்கு, அவனைப் பொறுத்தமட்டில் அது ஒரு அவசியப் பண்பு அல்ல. தாழ்வாரத்தில் ஒரு வேயப்பட்டிருந்த பகுதியில் ஒரு சுவரோரம் சுருண்டு கிடந்த அவன் எழுந்து உட்கார்ந்ததும், விருட்டென்று எழுந்து தாழ்வாரத்தையும், போலீஸ் ஸ்டேஷனையும் பிரிக்கும் நிலைக்கு வந்து நின்றான். வெளியே கலகலப்பான நகரம், கலகலப்பாக ஓடிக் கொண்டிருந்தது. அவன் நிலையைக் கடந்து ஸ்டேஷனுக்குள் காலெடுத்து வைத்தான். காலி கிளாஸ் டம்ளர்களைக் கொண்ட தேநீர் ஏந்தலோடு ஒரு சிறுவன் அவனை இடித்துக்கொண்டு போலீஸ் ஸ்டேஷனைக் கடந்து வெளியே சென்றான். சிறுவனுடைய கால்களையே அவனுடைய கால்களும் பின்பற்றிச் சென்றன. அவனையோ சிறுவனையோ யாரும் தடுக்கவில்லை. B – 4 காவல் நிலையத்தை விட்டு அவன் தப்பிவிட்டான். சிறுவயதில் கள்ளத்தனமாகக் கருதைக் கசக்கி மடியில் போட்டுக்கொண்டு, ஏதாவது சிறு ஓசை கேட்டாலும், அந்தப்புறம் இந்தப்புறம் திரும்பாது காற்றைக் கிழித்துக்கொண்டு செல்லும் அம்பு போல ஓட்டம் என்று சொல்ல முடியாதபடி வேகமாக நடப்பானே, அப்படியே நடந்தான். பிறகு...? ஒரு கை அவன் தோளைப் பற்றியது. அவன் ஓடியது, ஒரு லாரியில் முட்டிக்கொண்டது, பிடிபட்டது, உதை பட்டது, கட்டுப்பட்டது, ஸ்டேஷனுக்கு இழுத்துவரப்

ஜி. நாகராஜன்

பட்டது, லத்தியால், பெல்ட்டால், பூட்ஸ் காலால் நையப் புடைக்கப்பட்டது, இறுதியில் அவன் பிடிபட்டிருக்கா விட்டால் வேலை இழந்திருக்கக்கூடிய இரண்டு போலீஸ் காரர்கள் மல்லாந்து கிடந்த அவனை முழங்கால்களில் லத்திகளால் தாக்கியது – அத்தனையும் அவனது நினைவு எல்லைக்கு வெளியேயே நின்றுகொண்டு உள்ளே வர இடம் இல்லாததுபோல் தவித்தது.

அவனுக்குப் பேச வேண்டும்போல் மட்டும் இருந்தது.

"அய்யா, தண்ணி தாங்கய்யா" என்று மீண்டும் தனது கோரிக்கையை வலியுறுத்தினான்.

"தண்ணியா . . . தர்றேன்" என்று சொல்லிக்கொண்டு அப்போது ட்யூட்டியில் இருந்த ஒரே அதிகாரியான அவர் சிறிதும் சிரமத்தைப் பொருட்படுத்தாது மிகவும் சுறுசுறுப்பாக தாழ்வாரத்துக்குச் சென்று ஒரு வாளி தண்ணீரைக் கொண்டு வந்து அவன் முகத்திலும் உடலிலும் வாரியிறைத்தார். ஒரு சில இடங்களில் சற்று எரிந்தாலும், தண்ணீர் வரவேற்கத் தக்கதாகவே இருந்தது அவனுக்கு.

"என்ன ஏட்டையா, யாருக்குக் குளியல்?" என்று கேட்டுக் கொண்டே ஒரு வாலிப போலீஸ்காரன் வந்தான்.

"காலேலே எஸ்கேப் ஆனாரு இல்லே, அவருக்குத்தான்."

"இந்தத் தா . . . தானா?" வாலிப போலீஸ்காரன் லாக்கப்புக்குள் இருந்த கைதியை உற்றுப் பார்த்தபடி பெல்ட்டை அவிழ்த்தான். "ஏட்டையா கொஞ்சம், லாக்கப்பைத் தெறந்து விடுங்க" – இளைஞன் உத்தரவிடுவதுபோல் பேசினான்.

"நீ ஒண்ணு சந்தானம், பயலெ நல்லா நெறுக்கிப் போட்டாங்க. சாவக் கெடக்கறான். தண்ணி தண்ணீனு அலர்றான்?"

"தா . . . மூணு குடும்பத்தோரை நடுத்தெருவிலே நிறுத்தி இருப்பான். நீங்க கதவெத் தெறங்க ஏட்டையா."

ஏட்டையா சாவியைக் கொடுத்தார். கைதி அப்படி இப்படி அசையாமல் இந்த நாடகத்தைப் பார்த்துக்கொண் டிருந்தான். முகம் மட்டும் திறந்த கதவின் பக்கம் திரும்பியது. அவ்வளவுதான், கண்ணைச் சேர்த்து தோல்பெல்ட்டால் ஒரு சவுக்கடி. கைதிக்கு ஜாக்கிரதை உணர்வு மேலோங்கியது. கண்களை மூடிக்கொண்டு, இலேசாகப் பற்களை நெரித்த வண்ணம் அசைவற்றுக் கிடந்தான். அப்பப்பா, முழங்கால் களில் அப்படி ஒரு திடீர் வலி. இரண்டு கைகளையும்

தூக்கவோ திருப்பவோ முடியவில்லை. அடி பெறாத மணிக்கட்டு இருந்த இடது கையை வேண்டுமானால் சிறிது அசைக்கலாம். முகத்திலும், கழுத்திலும், தோள்பட்டைகளிலும் மாறி மாறி அடிகள் விழுந்தன. முகத்தில் எச்சில் விழுந்தது. எதற்கும் அவன் அசையவில்லை. இறுதியில் முழங்கால்களில் ஒரு முரட்டுத்தனமான அடி. "அய்யோ, அய்யோ" என்று அலறினான். மூடிய கண்களைப் பொத்துக்கொண்டு கண்ணீர் வந்தது. கைதியைக் கதற வைத்துவிட்ட திருப்தியோடு போலீஸ் இளைஞன் பெல்ட்டை இடுப்பில் கட்டிக்கொண்டான்.

இன்னும் ஒருவன் வர வேண்டியிருந்தது கைதிக்குத் தெரியாது. வேலை இழந்திருக்கக் கூடிய மூவரில் இருவர்தான் அவனைப் பார்த்துவிட்டுப் போயிருக்கின்றனர். மூன்றாமவன் நாற்பது வயதாகிவிட்ட 'டூ நாட் சிக்ஸ்'. அதிகம் வம்பு தும்புகளுக்குச் செல்லமாட்டார். அவரிடம் ஒரு எலக்டிரிஷன் சர்ட்டிபிகேட் – ஏ கிரேடோ, பீ கிரேடோ தெரியாது – இருந்ததால், மேல் வரும்படியை நியாயமான முறையிலேயே சம்பாதித்தார். லஞ்சம், கையூட்டு இவற்றை எல்லாம் அவரைப் பொறுத்தமட்டில் அனுமதிக்கமாட்டார். இத்தியாதி தர்மங்களைப் பின்பற்றுபவரை இகழவும் மாட்டார், காட்டியும் கொடுக்கமாட்டார். அநேகமாகப் பிறரைப் பற்றி வாயைத் திறக்கமாட்டார். ஒரு 'பிளாக் மார்க்' இல்லாது இருபது வருஷ போலீஸ் சர்வீசை முடித்துவிட்டார். இன்றுதான் இந்தச் சோதனை.

அடி, உதை, அவமானம், இன்னும் குறையாத போதை, இத்தனைக்கும் கீழே ஒரு வகையான விகாரமற்ற அமைதி, இத்தனையையும் பொறுத்துக்கொண்டு விட்டோமே என்ற உள்ளார்ந்த எக்களிப்பு, இவற்றின் விளைவால் உறங்கிக்கொண் டிருந்தான் கைதி. லாக்கப்பில் கதவு திறந்து கிடந்ததோ, அதனுள் 'டூ நாட் சிக்ஸ்' நுழைந்ததோ, அவனை ஏற இறங்கப் பார்த்ததோ, இலேசாகக் காலால் உதைத்ததையோ அவன் உணரவில்லை. அசையாது கிடந்த உடலை உற்று நோக்கி விட்டு அவன் முகவாயை உற்றுக் குனிந்து இரண்டு கைகளாலும் பற்றி இழுத்தார் 'டூ நாட் சிக்ஸ்'. உடல் பக்கவாட்டில் சலனமின்றி நேராக நகர்ந்தது. 'டூ நாட் சிக்ஸ்' அந்த உடல் கிடக்கும் நிலையும், திசையும் ஏதோ முக்கியத்துவம் பெற்றிருப்பது போல் பார்த்தார். அமைதியாக அவர், உடலை ஒருமுறை சுற்றி வந்தவண்ணமே, தன்னுடைய கூர்மையான பார்வையால் அதன் பல பாகங்களையும் உற்று நோக்கினார். பிறகு தன் வேலையைக் கவனிக்க ஆரம்பித்தார்.

கைதியின் உடல், நீண்டநேரம் தன்னைத்தானே உணர்வு களின் சீண்டல்களிலிருந்தும், வெறித்தாக்குதல்களிலிருந்தும் பாதுகாத்துக்கொள்ள முடியவில்லை. விரைவில் உடல் வெருண்டு இறுகியது. அது தனித்தனிப் பகுதிகளாகத் துடித்தது. உடலின் ஒவ்வொரு மூலையிடுக்கிலும் அப்படி ஒரு தாக்குதல்; நரம்புகளைச் சுண்டி இழுத்து தன் இச்சைப்படி செயல்படாதவாறு முடக்கிவிடும், சொடுக்கு சதைகளைக் கவ்விக்கொள்ளும், நட்டுவாய்க்காலியின் பிடி இருதயத்தைப் பந்துபோல் துள்ள வைக்கும் திகைப்பு. காதுகளிலே ஒரு அடைப்பு. கண்களை திறக்கவொட்டாது தடுக்கும் சதை இழுப்பு. தொண்டையின் ஆழத்திலிருந்து "தண்ணி, தண்ணி" என்பது போல் உறுமல், வாயில் நுரையைத் தள்ளிக்கொண்டு பீறிட்டு வந்தது. 'டூ நாட் சிக்ஸ்' அதையெல்லாம் முகம் திரும்பிப் பார்க்கவில்லை. சுவிட்ச்சை மட்டும் ஆஃப் செய்தார். தனக்கு போலீஸ் ட்யூட்டி இல்லாத நேரங்களில் மிகவும் கௌரவமான முறையில் மேல் வருமானம் வாங்கிக் கொடுத்த அவருடைய எலக்ட்ரிக் ஞானம், அவ்வப்போது போலீஸ் ஸ்டேஷன்களில் மின்சாரச் சிக்கல்கள் ஏற்பட்டால் அதை உடனே கவனிக்கும் ஆற்றலால் அவருக்கு ஸ்டேஷனில் மரியாதையும் மதிப்பும் வாங்கிக் கொடுத்த அதே மின்னறிவு, இன்று தப்பியோட முயன்று தன்னை அவமானத்தில் ஆழ்த்தி யிருக்கக்கூடிய கைதியைப் பழி தீர்த்துக்கொள்வதிலும் அவருக்கு உதவியதில் நம்பர் 'டூ நாட் சிக்'ஸுக்கு உண்மையிலே மிகவும் உள்ளடங்கிய மகிழ்ச்சி.

***விழிகள்*, நவம்பர் 1981**

நிமிஷக் கதைகள்

"குத்தத்தை ஒத்துக்கிறயா?" என்று மாஜிஸ்டிரேட் கைதியைக் கேட்டார்.

"ஆமாங்க" என்றான் கைதி.

"இந்த மாதிரிக் குத்தத்துக்கெல்லாம் ஆறு மாச தண்டனை கொடுக்கணும். ஆனால் நீ குத்தத்தை ஒத்துக்கிறதுனாலே, பொளைச்சுப்போ, மூணு மாச தண்டனை கொடுக்கிறேன்" என்றார் மாஜிஸ்டிரேட்.

"அய்யய்யோ, எசமான்! நீங்க மூணு மாசந்தான் போடுவீங்கன்னா, நான் குத்தத்தை ஒத்துக்கலே. கேசெ நடத்திப் பாத்துரேன். கெடெச்சா ஆறு மாசம், இல்லேன்னா ஒண்ணுமில்லேன்னு போகணும்" என்றான் கைதி. அதற்குள் இன்ஸ்பெக்டர் எழுந்திருந்து, "யுவர் ஆனர், கேஸ் நடந்தா தப்பிச்சாலும் தப்பிச்சிடுவான். அவன் கேக்கறபடி ஆறு மாசமே போட்டிடுங்க. ஒரு கன்விக்ஷன் என்றாவது டயரியில் வரும்" என்றார்.

மாஜிஸ்டிரேட் ஆறு மாதத் தண்டனை விதித்தார்.

ஜெயித்தது யார்? அந்த ஏழைக் கைதிதான்.

மடத்துக்கு முன்னால் ஒரே கூட்டம். ஊர் மக்கள் அனைவரும் திரண்டு வந்திருந்தனர். அத்தனை பேர் முகத்திலும் வருத்தம் தோய்ந் திருந்தது. குசுகுசு என்று மட்டுமே பேசிக் கொண்டனர்.

"சாமியார் சமாதியாகிவிட்டார்." "இன்று காலை தியானத்தில் உட்கார்ந்திருந்தவர்தானாம், அப்படியே சமாதியாகிவிட்டார்" என்றெல்லாம் பேசிக்கொண்டனர்.

ஊர்ச்சிறுவர்களுக்கு ஒன்றும் புரியவில்லை. கூட்டத்தின் நடுவே குறுக்கும் நெடுக்குமாகச் சென்றுகொண்டிருந்தனர். என்னவென்று புரிந்துகொள்ளாமலேயே அவர்களும், "சாமியார் சமாதியாகிவிட்டார்" என்ற வார்த்தைகளைச் சொல்லிக்கொண்டனர். இறுதியில் மடத்துக்காரர்கள் சாமியாரை வெளியே கொண்டு வந்தனர். சாமியார் வெளியே தூக்கி வரப்படுவதையே உற்று நோக்கிக்கொண்டிருந்த ஒரு சிறுவன் திடீரென்று, "டேய், சாமியார் செத்துப்போயிட்டாரு" என்று கத்திக்கொண்டு கூட்டத்தைவிட்டு ஓடிவந்தான். உடனே அத்தனை சிறுவர்களும், "மடத்துச் சாமியார் செத்துப்போயிட்டாரு" என்று அழுத்தம் திருத்தமாகக் கத்திக்கொண்டு ஓடினர். பெரியவர்கள் சிறுவர்களைக் கூட்டத்தைவிட்டு அரட்டி மிரட்டி ஓட்டினர்.

அவள் ஒரு விபச்சாரி. அவளை வைத்துக் கதை எழுத வேண்டுமென்று எழுத்தாளன் விரும்பினான். ஆகவே அவன் அவளிடம் சென்றான்.

"பெண்ணே! நீ இவ்வளவு கெட்ட நிலைக்கு வரக் காரணம் என்ன?" என்று எழுத்தாளன் கேட்டான்.

"என்ன?... கெட்ட நிலையா? அப்படி ஒண்ணும் எனக்கு சீக்குக் கீக்குக் கிடையாது. ஒங்கிட்ட சீக்கில்லாமே இருந்தா அதுவே ஆண்டவன் புண்ணியம்" என்றாள் விபச்சாரி.

"இல்லே, உனக்கு சமுதாயம் எவ்வளவு பெரிய கொடுமையை இழைத்துவிட்டது!" என்றான் எழுத்தாளன்.

"கொடுமை என்ன கொடுமை! பசிக் கொடுமை எல்லோருக்குந்தானிருக்கு... இந்தப் போலீசுக்காரங்க தொந்தரவு மட்டும் இல்லாட்டி ஒண்ணுமில்லே" என்றாள் விபச்சாரி.

"கண்ட கண்டவங்க கிட்டெல்லாம் போகிறது உனக்குக் கஷ்டமாக இல்லை?"

"யாரும் கண்ட கண்டவங்க கிட்டெல்லாம் போகல. எனக்கூன்னு ஒரு புருசன் இருக்காரு."

"மற்ற பெண்கள் எல்லாம் கட்டின புருஷனோடு மட்டும் தான் இருக்கிறார்கள். வேறு ஆண்பிள்ளைகளோடு சம்பந்தம் வைத்துக்கொள்வதில்லை. தெரியுமா?"

டெர்லின் ஷர்ட்டும் எட்டு முழ வேட்டியும்...

"அப்படியா?"

"பின்பு?"

"சரி, உங்களுக்கு பெஞ்சாதி இருக்குங்களா?"

"ஊம், இருக்கு."

"நீங்க மட்டும் எங்கிட்ட வந்திருக்கீங்களே. ஓங்களுக்கு வெக்கமா இல்லே?... சரி, அது கிடக்கட்டும்; நேரமாவுதுங்க."

கொடுமையிலும் கொடுமை, கொடுமையைக் கொடுமை என்று புரிந்துகொள்ளாததுதான். எழுத்தாளனுக்கு அது புரிய வில்லையோ என்னவோ, விபச்சாரியைக் காட்டி, வாசகர் கண்ணீரைப் பிதுக்கியெடுத்து, நாலு காசு சம்பாதிக்கும் எண்ணத்தை மட்டும் கைவிட்டான்.

அவன் தாமரையைப் பற்றிக் கவிதைகளில் படித்திருக் கிறான். படங்களில் பார்த்திருக்கிறான். அதன் செம்மையும், மென்மையும், எழிலுருவும் அவன் உள்ளத்தைச் சுட்டெரித்தன. அதை அடைய விரும்பினான். தடாகத்துக்குச் சென்றான். அதோ! அங்கு மலர் தெரிகிறது. தண்ணீரின் மேல் கவலையற்று உறங்கிக் கிடக்கிறது. 'வா, வா' என்று அவனைக் கள்ளப் பார்வை கொடுத்து அழைக்கிறது. அவன் தடாகத்துக்குள் கால் எடுத்து வைத்தான்.

"யாரது? தண்ணீரிலே இறங்காதே. ஒரே சகதி! தாமரைக் கொடி காலைச் சுத்திக்கிட்டா அப்புறம் உயிருக்கே ஆபத்து" என்று எச்சரிக்கிறான் யாரோ ஒருவன்.

தாமரையை விரும்பிய அவனும் உடனே சட்டென்று நின்றுவிட்டான். மலரைப் பார்த்துப் பெருமூச்செறிந்து சற்று நேரம் நின்றுவிட்டு, அதோ அங்கே அவன் தலை குனிந்து செல்கிறான். அவன் இன்னும் வாழ்கிறான், எனக்குத் தெரியும். ஆனால் என்றோ தற்கொலை புரிந்துகொண்டு விட்டான்!

சரஸ்வதி, ஏப்ரல் 1961

ஆசிரியரின் பிற காலச்சுவடு வெளியீடுகள்

ஜி. நாகராஜன் ஆக்கங்கள்

(முழுத்தொகுப்பு)

தொகுப்பாசிரியர்:

ராஜமார்த்தாண்டன்

ரூ. 790

நவீன தமிழின் முக்கியமான படைப்பாளிகளில் ஒருவரான ஜி. நாகராஜனின் இலக்கிய ஆளுமையைத் துல்லியமாக அறிய உதவும் தொகுப்பு இது.

'ஜி. நாகராஜன் படைப்புகள்' (காலச்சுவடு பதிப்பகம், 1997) தொகுப்பில் இடம்பெற்றுள்ள 'நாளை மற்றுமொரு நாளே...' (நாவல்), 'குறத்தி முடுக்கு' (குறுநாவல்), 33 சிறுகதைகள், உரைநடைப் பகுதிகளுடன், மேலும் இரண்டு சிறுகதைகள், மூன்று கவிதைகள், இலக்கிய அனுபவக் கட்டுரை, வாசகர் கடிதங்கள், கு.ரா.வுக்கு நாகராஜன் எழுதிய நான்கு கடிதங்கள் மற்றும் ஆங்கிலப் படைப்புகள் (சிறுகதைகள், ஒரு நாவல் மற்றும் குறிப்புகள்) அடங்கிய முழுமையான தொகுப்பு.

நாளை மற்றுமொரு நாளே . . .

(தமிழ் கிளாசிக் நாவல்)

ரூ. 175

இது ஒரு மனிதனின் ஒரு நாளைய வாழ்க்கை. நீங்கள் துணிந்திருந்தால் செய்திருக்கக்கூடிய சின்னத்தனங்கள், நிர்ப்பந்திக்கப்பட்டிருந்தால் காட்டி யிருக்கக்கூடிய துணிச்சல், விரும்பியிருந்தால் பெற்றிருக்கக்கூடிய நோய்கள், பட்டுக்கொண்டிருந்தால் அடைந்திருக்கக்கூடிய அவமானம். இவையே அவன் வாழ்க்கை. அவனது அடுத்த நாளைப்பற்றி நாம் தெரிந்துகொள்ள வேண்டாம்; ஏனெனில் அவனுக்கும் – நம்மில் பலருக்குப் போலவே – நாளை மற்றுமொரு நாளே!

குறத்தி முடுக்கு

(குறு நாவல்)

ரூ. 140

தமிழ்ப் பத்திரிகைகள் கொண்டு வந்து தள்ளும் ஆபாசத்திலிருந்து முற்றிலும் மாறான கலைப் படிவங்கள் ஜி. நாகராஜனின் கதைகள். பச்சைக் கதைகளும் – சிவப்புக் கதைகளும் படித்துப் பழக்கமானவர்களுக்கு ஜி. நாகராஜன் முற்றிலும் மாறுபட்ட, ஜீரணிக்க முடியாத எழுத்தாளராக இருப்பதில் வியப்பொன்றுமில்லை. இப்படி இருப்பதுதான் அவரின் தனித் தன்மை என்று படுகிறது.